வீடு, நிலம், சொத்து

சட்டங்கள்

AF759097

வைதேகி பாலாஜி

கடந்த பதிமூன்று வருடங்களாக வழக்கறிஞராகப் பணியாற்றி வருகிறார். குடும்பநல வழக்குகள், சிவில் வழக்குகள், அரசு தனியார் வங்கிகள் மற்றும் கார்ப்பரேட் நிறுவனங்களில் பேனல் வழக்கறிஞராகவும் உள்ளார். 'உணரமுடியாத உணர்வுகள்', 'வெண்ணிலவே ஓடிவிடு', 'தீயில் பூத்த பூ', 'எங்கோ இருக்கும் எனக்கானவனே', 'மாமியார் தான் என் தாய்', 'பெண்களுக்கான சட்டங்கள்', 'நீதி தேவதைகள்', 'கொடூரக் கொலை வழக்குகள்' போன்ற தலைப்புகளின் கீழ் புத்தகங்கள் வெளியிட்டுள்ளார். குங்குமம் தோழி, அவள் விகடன், ராணி போன்ற பிரபல இதழ்களில் தொடர்ந்து எழுதி வருகிறார்.

வீடு, நிலம், சொத்து

சட்டங்கள்

வைதேகி பாலாஜி

கிழக்கு

வீடு, நிலம், சொத்து - சட்டங்கள்
Veedu, Nilam, Sothu - Sattangal
by *Vaidehi Balaji* ©

First Edition: December 2018
168 Pages
Printed in India.

ISBN: 978-93-86737-60-1
Kizhakku 1118

Kizhakku Pathippagam
177/103, First Floor, Ambal's Building, Lloyds Road,
Royapettah, Chennai - 600 014. Ph: +91-44-4200-9603
Email : support@nhm.in   Website : www.nhm.in

kizhakkupathippagam   kizhakku_nhm

Author's Email: vaidegibala@gmail.com

Kizhakku Pathippagam is an imprint of New Horizon Media Private Limited

உயிரற்ற சொத்துகளுக்கு மத்தியில் உயர்வான சொத்தான என் பெற்றோர்கள் **திரு.பி.ஜி.கிருஷ்ணன்,** திருமதி.ஜெயராணி ஆகியோருக்கு இந்நூல் சமர்ப்பணம்.

உள்ளே

அறிமுகம்

காலைமுதல் மாலைவரை பரபரவென ஓடும் இந்த ஓட்டம் எதற்காக என்று யாரிடமாவது கேட்டுப்பாருங்கள். இதற்கான சரியான பதில் ஒருவருக்கும் தெரிந்திருக்காது. மனிதனுக்கு அவனின் துவக்கமும் தெரியாது முடிவும் தெரியாது. அடுத்த நிமிடம் நிச்சயமில்லாத இந்த உயிரின் தேடல், சொத்து சேர்த்து வைப்பதுதான் என்ற கசப்பான உண்மையை ஜீரணிக்கத்தான் வேண்டியுள்ளது. வாழும் குறுகிய காலத்தில் நிம்மதியாக வாழாமல் உயிருடன் இருக்கும் உறவுகளை உதாசீனப்படுத்திவிட்டு நிற்க அவகாசமில்லாமல் உணர்வற்ற சொத்தை சேர்க்கத்தான் ஓடுகிறான். ஆறடி நிலமும் நிச்சயமில்லாமல் ஒரு குவளை சாம்பலாகும் யதார்த்தத்தைக்கூட கண்டுகொள்ளாமல், நிம்மதியைத் தொலைத்து சேர்த்துவைத்த சொத்து பாதுகாப்பானது, சட்டப்பூர்வமானதுதான் என்பதை உறுதிப்படுத்திக் கொள்ள வாழ்நாள் முழுவதும் போராடுவதுதான் வாழ்க்கை.

மூன்று வகுப்புகளைக் கடந்து சென்ற பின்புதான் முதல் வகுப்பிலேயே உட்கார அனுமதிக்கிறது நமது கல்வி முறை. படித்த கல்விக்கு வேலை கிடைக்காமல் கிடைத்த வேலையைச் செய்து அலுத்து, அந்த வேலையையும் அடுத்தவன் தட்டிப் பறித்து விடுவானோ என்ற பயத்தில் பதவியைத் தக்கவைக்க ஓடி ஓடி உழைத்து சொத்து சேர்த்து அப்பாடா என்று உட்கார்ந்து ஆசுவாசப் படுத்திக் கொள்கையில், ஓடத் தெம்பில்லை; ஓய்வெடுத்துக் கொள்ளுங்கள் என்பார் மருத்துவர். சேர்த்த சொத்தை விற்று இருக்கும் மீத நாட்களைக் கழிக்கவேண்டும் என்பதுதான் மனித நியதி. இதிலிருந்து ஒருவரும் தப்பிக்க இயலாது.

வீடு நிலம் சொத்து சட்டங்கள் எழுதத் தொடங்கியதிலிருந்து முடிக்கும் வரையிலும் முற்றுப்புள்ளி வைக்கவிடாமல் அடுத்தடுத்து சொல்ல வேண்டிய விஷயங்கள் நீண்டுகொண்டே போனது. எந்தப் பிரிவைத் தொட்டாலும் அதிலிருந்து ஒரு கிளை பிரிவு பிரியும். அதற்கான விடையை அறியும்போது அதிலிருந்து இன்னும் சில கேள்விகள் வடிவெடுக்கும். சிவில் சட்டங்கள் சாதாரணமாகவே விளங்கிக் கொள்வது கடினம். அதிலும், புதிது புதிதாக உதயமாகும் சட்டத் திருத்தங்கள், சட்டத்தைப் புரட்டிப் போடும் புரட்சிகரமான தீர்ப்புகள், அன்றாடம் புதுப் புது அப்டேட்கள் என்று இந்தத் தலைப்பை எழுதத் தொடங்கிய நாளில் இருந்தே பெரும் ஆராய்ச்சிதான். உரிமையியல் சட்டங்கள் என்று சட்டப்பிரிவுகளை அடுக்கிவைத்து உங்கள்மீது சிலந்தி பின்னலைச் சுற்றிவிட எனக்கு விருப்பமில்லை

சட்டத்திருத்தத்துக்கு உதவும் தீர்ப்புகள், சுவாரஸ்யமான வழக்குகள், சொத்து தொடர்பாக நடைமுறையில் சந்திக்கவேண்டிய, கவனிக்க வேண்டியவைகள் என ஒவ்வொருவருக்கும் தேவைப்படும் அவசியமான ஒவ்வொன்றையும் சுவாரஸ்யமாகக் கொடுத்துள்ளேன். இதை எழுதிக்கொண்டிருக்கும் வேளையில் இன்று நவம்பர் 27 ல் வெளியான ஒரு செய்தியை இங்கு பதிவிடாமல் கடக்க இயலவில்லை.

திருவண்ணாமலை மாவட்டத்தில் வேதநத்தம் என்ற கிராமத்தில் எழுபத்தி ஐந்து வயதான கணவனும் அவரது மனைவியும் வசித்து வருகின்றனர். ஐந்து ஏக்கர் நிலத்துக்கு உரிமையாளர்களான அவர்கள் 2010 ம் வருடம் அவர்களின் இரண்டு மகன்களின் வேண்டுகோளுக்கு இசைவு தெரிவித்து இருவரின் பெயரிலும் ஐந்து ஏக்கர் நிலத்தையும் தான செட்டில்மென்ட் செய்துவிட்டனர். வயதான பெற்றோர்களின் பராமரிப்புக்காக இருவரும் தனித்தனியாக ஒவ்வொரு மாதமும் ஐந்தாயிரம் ரூபாய் கொடுப்பதாக ஒப்புக் கொண்ட மகன்கள் சொத்து கைக்கு வந்ததும் அவர்களின் நடவடிக்கைகளில் மாற்றம் ஏற்பட்டது. பெற்றோரை அடித்துத் துன்புறுத்தும் எல்லைவரை சென்றுள்ளனர். மாதாமாதம் கொடுப்பதாக ஒப்புக்கொண்ட பணத்தையும் கொடுக்கவில்லை.

வயதான இருவரும் மாவட்ட ஆட்சியர் அவர்களிடம் புகார் கொடுத்தனர். மாவட்ட ஆட்சியர் துரிதமாக நடவடிக்கை எடுத்தார். வருவாய்துறை அலுவலர்களின் தலைமையில் குழு அமைத்து விசாரணை நடைபெற்றது. இறுதியாக மூத்த குடிமக்கள் பராமரிப்பு மற்றும் பாதுகாப்பு சட்டம் 2007 ன் கீழ், எட்டு வருடத்துக்கு முன்பு

செட்டில்மென்ட் செய்துகொடுத்த தானசெட்டில்மென்ட் பத்திரம் ரத்து செய்ய உத்தரவிடப்பட்டது. குறுகிய கால அவகாசத்துக்குள் நடவடிக்கை எடுத்து மூத்த குடிமக்களான அவர்களின் நிலத்தை அவர்கள் பெயரிலேயே பட்டா மாற்றம் செய்து ஐந்து ஏக்கர் நிலத்துக்கான உரிமையை மாவட்ட ஆட்சியர் அவர்களிடம் ஒப்படைத்தார். தான செட்டில்மென்ட் என்பது கிரையம் கொடுத்ததற்குச் சமம். அதை ஒருபோதும் ரத்து செய்யமுடியாது என்பது தான் சட்டம். இப்படி ஒரு நிகழ்வை அனைவருக்கும் தெரிவிக்க வேண்டும். அதனால்தான் தான செட்டில்மென்ட் ரத்து செய்து தானம் கொடுத்தவரிடமே மீண்டும் உரிமை ஒப்படைக்கப்பட்ட விதிவிலக்கான செய்தியை அணிந்துரையில் எழுதியுள்ளேன்.

கல்பாக்கம் சுற்றுவட்டாரத்தில் நிலம் வாங்குவதாக இருந்தால் நிலா கமிட்டி என்ற ஒன்று அணுமின் நிலைய அலுவலகத்தில் உள்ளது. நீங்கள் வாங்கவிருக்கும் நிலம் நிலாக் கமிட்டியில் வந்தால் அதை நீங்கள் உபயோகப்படுத்த முடியாது. அதனால் நிலா கமிட்டியில் வருகிறதா என்பதைத் தெரிந்துகொண்ட பின்னரே சொத்தை வாங்குவதற்கான செயலில் ஈடுபடவும். சொத்து என்றாலே சிவில் தொடர்பானது என்பது நாம் அறிந்ததே. ஆனால், சொத்து தொடர்பான வழக்குகளும் நில அபகரிப்பாக பதிவாகும் போது அது குற்றவியல் செயலாக மாறிவிடுகிறது. இதுபோல சொத்து தொடர்பாக அறிந்துகொள்ள வேண்டியவைகளின் பட்டியல் இன்னும் நீண்டுகொண்டே இருக்கிறது. பக்கங்கள் கருதி சுருக்கமாக எழுதியுள்ளேன்.

இதில் எழுதி இருக்கும் சட்டங்கள் நீங்கள் படிக்கும்போது திருத்தப் பட்டிருக்கலாம் அல்லது புதிய சட்டங்களும் வந்திருக்கலாம். அதுவரையிலும் இன்று அமலில் உள்ள அறிய வேண்டிய சொத்து தொடர்பான சட்டங்கள்; படியுங்கள்; படித்ததை பகிர்ந்து கொள்ளுங்கள்.

நட்புடன்
வைதேகி பாலாஜி

1

நிலம் வாங்குதல், விற்றல்

சொத்து வாங்குதல் என்பது ஒரு நீண்ட நெடிய நடைமுறை. பணத்தை இருப்பில் மூட்டை கட்டி வைத்திருப்பதால் மட்டுமே ஒருவர் சட்டென்று சொத்துகளை வாங்கிவிடமுடியாது. திருமணம் சொர்க்கத்தில் நிச்சயிக்கப்படுகிறது என்பார்களே, அதுபோலத்தான் சொத்து வாங்குதல் என்பதும்.

திருமணத் தரகர்கள், வலைத்தளங்களில் குவிந்துகிடக்கும் திருமணத் தகவல்கள், திருமண மையங்கள் என சகலவிதமாகவும் மணமகன்/மணமகள் தேடி எல்லாவற்றிலும் அலசிப் பொருத்தம் பார்த்து, பொருள் சேர்த்து, வங்கியில் கடன் வாங்கிக் கல்யாணம் செய்து சகல சாட்சிகளோடு அத்திருமணத்தை ரிஜிஸ்டர் ஆபீசில் பதிவும் செய்து அப்பாடா முடிந்தது என்று சீராக மூச்சு விடுவதற்குள், உடம்பில் பாதி பாகங்கள் அது அது இருக்கவேண்டிய இடத்தில் தான் இருக்கிறதா என்ற சந்தேகமே வந்துவிடும். இதே போன்ற அவஸ்தையும், அலைக் கழிப்பும் வீடு கட்டும்போதும், சொத்து வாங்கும்போதும்கூட தானாக வந்து சேரும்.

மாத வருமானத்தை அப்படியே சிறு சேமிப்பாக வங்கியில் போட்டு வைத்து, மொத்த பணத்தையும் பையில் வைத்துக்கொண்டு நிலத்தை வாங்கத் தேடுபவர்களுக்கு அவர்கள் விருப்பத்திற்கேற்ற நிலம் அமையவே அமையாது. வேறு சிலரோ கையில் பெரும் தொகை இல்லாமல் வெறுமனே நிலம் வாங்குவதற்கான முன் பணம் செலுத்தி விட்டு முதல் கட்டஅசல் தொகையை செலுத்தக்கூட வசதியின்றி, அதற்காகக் கடன் வாங்க வங்கி

வாசலில் அமர்ந்திருப்பார்கள். ஆக சொத்து வாங்குவதற்கும் சரி, வீடு கட்டுவதற்கும் சரி, கால நேரம் கைகூடி அமையவேண்டும் என்பதே நிஜம்.

இன்னாருக்கு இந்த சொத்து என்பது அவரவர் தலை விதிப்படி எழுதிவைக்கப்பட்டிருக்கும் என்பார்கள். நமக்குரியது கிடைக்கும் வரை தேடிக்கொண்டே இருக்கவேண்டியதுதான். சார்பதிவாளர் அலுவலகத்தில் இருதரப்பும் கையெழுத்திடும் அந்தக் கடைசித் தருணம் வரையிலும் எதுவும் நிச்சயமில்லை. விலையை நிர்ணயம் செய்து முன் பணமும் கைநீட்டி வாங்கிவிட்டு, சார்பதிவாளர் அலுவலகத்தில் பத்திரப்பதிவு செய்யும் தேதியையும் முடிவு செய்து விடுவார்கள், நிலம் வாங்குபவர் நிலத்துக்கு நிர்ணயிக்கப்பட்ட தொகையை அக்கம் பக்கம் கடன்வாங்கி, போதாததற்கு குடும்பப் பெண்களின் நகையை அடகு வைத்து பணத்தைப் புரட்டி நில உரிமையாளரிடம் கொடுக்க வரும்போது, உரிமையாளர் அணுகுண்டை விடவும் பெரிய இடியை வாங்குபவரின் தலையில்இறக்கி வைப்பார்...,

'பாருங்க சார்! சந்தை விலை கூடிப் போச்சு. ஒரு செண்டுக்கு ஒரு லட்சம் வரை அதிகப்படுத்திக் கொடுக்க வேறொருவர்தயாராக இருக்கிறார். இப்பவும் நான், உங்களுக்கு விற்கத்தான் விரும்பறேன். அவர் கொடுக்கத் தயாராக இருக்கிற தொகையை நீங்க கொடுங்க!' என்று நாக்கில் நரம்பில்லாமல் சொல்லி எதிராளியை ஸ்தம்பிக்க வைப்பார்.

நிலத்தின் உரிமையாளராக ப் போகிறோம் என்ற கனவில் இருந்தவருக்கு அந்தத் தருணம் நெருப்பின்மீது நிற்கும் அவஸ்தையைக் கொடுக்கும். 'என்னங்க? இப்படி அநியாயம் செய்யறீங்களே. நிலம் வாங்கு வதற்காக வங்கியில் கடன் வாங்கிவிட்டேன், அதற்கு வட்டித் தொகையைக்கூட வங்கியில் செலுத்தி வருகிறேன். இப்ப திடீர்னு இப்படிச் சொல்றது நியாயமா?' என்றெல்லாம் புலம்புவார்கள்.

ஆனால் அப்படி நீதி, நேர்மை, கண்ணியம் என்று புலம்புவதால் நீங்கள் நிர்ணயம் செய்த சொத்து உங்களுக்குக் கிடைக்கப் போவதில்லை. பண ஆசைக்கு முன்னால் நீதி, நேர்மை, கடமை, கண்ணியம், கட்டுப்பாடு இவையெல்லாம் காலாவதியாகி வெகுநாட்களாகிவிட்டது. நீங்கள் வைத்திருக்கும் சட்டப்படியான காகிதம் மட்டும்தான் உங்கள் சார்பாக வாதாட வரும். சொத்தை வாங்குவது உறுதியானதும், விற்பனை ஒப்பந்தப் பத்திரம் செய்துகொள்வது, சட்ட பாதுகாப்பைக் கொடுக்கும்.சொத்தை வாங்க நிர்ணயித்துள்ள தொகை, முன் பணம் செலுத்தியதற்கான காசோலை எண், வங்கியின் பெயர், சொத்தை வாங்க பத்திரப் பதிவு

செய்துகொள்வதற்கான கால அவகாசம் ஆகியவற்றை தெளிவுபடுத்தி எழுத வேண்டும். விற்பனையானது முடிவுபெறாமல் போனால் வாங்குபவர் செலுத்திய முன்பணத்தை திருப்பி கொடுப்பதற்கான உத்தரவாதம் ஆகியவை பற்றியும் தெளிவுபட எழுத வேண்டும்.

முத்திரைத்தாளில் விற்பனை ஒப்பந்தப் பத்திரத்தைத் தயாரித்து இருதரப்பும் சாட்சிகளோடு கையொப்பமிட்டு வைத்துக்கொள்வது முக்கியம். விற்பனை ஒப்பந்தப் பத்திரத்தை பதிவு செய்தால் கூடுதல் பாதுகாப்பு ஏற்படும் ஆனால் நடைமுறையில் விற்பனையாளர்கள் அதற்கு இசைவதில்லை. சொத்தின் மார்க்கெட் மதிப்பு பத்து லட்சமாக இருக்கும். ஆனால் அந்தச் சொத்தை ஐம்பது லட்சத்துக்கு விற்பனை செய்வார்கள். அதனால் சொத்தை விற்பனை செய்பவருக்கு விற்பனை ஒப்பந்தப் பத்திரம் பதிவு செய்வதில் உடன்பாடு இருப்பதில்லை. ஆனால் வாங்குபவர் விற்பனை ஒப்பந்தப் பத்திரத்தை பதிவு செய்துகொண்டால் அவருக்கு சட்டப்பாதுகாப்பு பலப்படும். உங்களிடம் ஒப்பந்தம் செய்துவிட்டு அதிக பணம் கிடைக்கிறது என்று உரிமையாளர் மனம்திசை மாறாமல் இருக்க விற்பனை ஒப்பந்தப் பத்திரம் முட்டுக்கட்டை இட்டு வைக்கும்.

பிழைப்பைத்தேடி மாநகரங்களில் குடியேறி, குருவி கூட்டுக்குள் குடியிருக்கும் அனைத்து சராசரி வர்க்கத்தினருக்கும் நெஞ்சுக்குள் ஓர் ஏக்கம் உண்டு. சொந்தமாக ஒரு கால் கிரவுண்ட் இடமாவது வாங்கிவிட மாட்டோமா என்பதுதான் அது. வாரத்தில் ஐந்து நாட்கள் வேலை. வார இறுதி நாட்கள்தான் அவர்களின் நிலம் வாங்கும் கனவுக்குத் தீனிபோடும் நாட்கள். கலர்கலரான விளம்பரப்படங்கள்தான் அவர்களின் வழிகாட்டி.

'வாங்க சார்... வாங்க சார்...' என்று மாமனைக் கண்ட மைத்துனனைப் போல இடைத்தரகர்கள் நம்மை மொய்த்துக்கொண்டு குசலம் விசாரிப்பார்கள். 'இப்போ பார்க்கப்போகிற இடம் உங்க டேஸ்டுக்கு இருக்கும். மெயின் ரோட்டுல இருந்து கொஞ்சம் தூரம் உள்ள போகணும், அவ்வளவுதான்... நம்ம நிலம் வந்துடும். உங்க பட்ஜெட்டுக்குள் அடங்கும். தண்ணீர் இளநீர் மாதிரி இருக்கும். நம்ம மனைக்குப் பக்கத்திலேதான் எஞ்சினியரிங் காலேஜ் வரப்போகுது என்று வாயிலேயே வடை சுடுவார்கள். முதல் வகுப்பு படிக்கும் குழந்தையை அடுத்த வருடமே எஞ்சினியரிங் கல்லூரியில் சேர்ப்பதைப் போன்ற பில்டப்புகளை எழுப்புவார்கள்.

நமது கிராமங்களில் பூச்செடி வைக்க வெற்றிடமாகக் கிடக்கும் இடத்தின் அளவைவிடக் குறைவான இடம்... அந்த இடத்தை

அடையாளம் காண்பிக்க தேன் கூட்டிலிருந்து கிளம்பும் வண்டுக் களைப்போல நம்மிடம் ஒரே இடத்தை விவரிக்கும் பல இடைத்தரகர்கள். அவர்கள் விளக்குவது புரிவதற்குள் ஆஜானுபாகுவாக வாகனத்திலிருந்து ஒருவர் வந்து இறங்குவார். நின்றிருந்தவர்கள் எல்லோரும் அங்கு சென்று மொய்ப்பார்கள். அடுத்த சில நிமிடங்களில் கனரக வாகனத்தில் அடைக்கும் வைக்கோலைப்போல வந்திருந்த நிலத்தரகர்கள் அத்தனைப் பேரும் ஒரே வாகனத்தில் ஏறுவார்கள். நிலம் அமைந்திருக்கும் இடத்துக்குச் செல்லும் வழி நெடுகிலும் நிலத்தை வாங்க வந்தவருக்கு மூளை சலவை ஜோராக நடைபெறும்.

பட்டிமன்றப் பேச்சாளர் கூட சுவாசிக்க சற்று இடைவெளி விடுவார் ஆனால் இந்த நிலத்தரகர்கள் நிலம் வாங்க அழைத்துவந்தவர்களை வாய்திறக்க விடமாட்டார்கள். வாகனத்தில் வந்தவர்தான் முதல் தரகராக இருப்பார். அவர் நிர்ணயித்துள்ள தொகையைக் கேட்டு நமக்கு தலைசுற்றலே வந்துவிடும். நிலத்துக்கான தொகையைக் கேட்ட அதிர்ச்சியில் வாங்க வந்தவர் நகர முற்படுகையில் கிளை தரகர்கள் அவர்களை அங்கிருந்து அசைய விடமாட்டார்கள்.

நம்மை அழைத்து வந்த இடைத்தரகர் உண்மையிலேயே நம்மிடம் அன்புள்ளவரைப்போலவே முதல்தரகரிடம் சொந்தத் தங்கைக்காகப் பேசுவதைப்போலவே நமக்காக பேரம் பேசுவார். இறுதியாக ஒரு தொகைக்கு வருவார்கள். நடிகரைச் சுற்றி வளைக்கும் பொது மக்களைப்போல நம்மைச் சுற்றி வளைத்து விடுவார்கள். ஒருநாள் அவகாசம் கொடுங்க என்றாலும் விடமாட்டார்கள்.

இடைத்தரகர் ஒருவர் நிலம் வாங்க வந்தவரை தனியே அழைத்துச் சென்று, காதில் வந்து ரகசியம் போல கிசுகிசுப்பார். ‘சார் இத முடிச்சிடலாம். தங்கச்சிக்கு காய்கறி வாங்க அலைய வேண்டியதில்லை. தம்பிக்கு பள்ளி வாகனம் வீட்டு முன்னாடியே வந்து நிற்கும். யோசிக்காதிங்க, நாம நிர்ணயம் செய்திருக்கிற தொகையை விட இரண்டு மடங்காக கொடுத்து வாங்க ஆளுங்க தயாரா இருக்காங்க. அவங்க மாலை ஆறுமணிக்கு இந்த இடத்தை முடிக்க அட்வான்ஸ் கொடுக்க வராங்களாம். முதல் தரகரிடம் நான்தான் உங்களுக்காக பேசி வெச்சிருக்கேன். இன்னைக்கு நிறைஞ்ச அமாவாசை!’ என்றெல்லாம் தமது வசியப்பேச்சால் நம்மை யோசிக்கவே விடாமல் கட்டிவிடுவார்.

‘மூணு வருஷமா அலையறோமே துணிந்து இறங்கிடலாம்’ என்று நாமும் ‘சரி, சார்...’ என்று சொல்லி முடித்ததுதான் தாமதம், கல்யாண வீட்டில் தாலிகட்டின அடுத்த நொடி சாப்பாட்டு

அறைக்குள் பிரவேசித்திருக்கும் சொந்தங்களைப்போல அட்வான்ஸ் கைமாறிய அடுத்தகணம் அங்கு சுற்றி வெறுமைதான் படர்ந்திருக்கும். வாங்க வந்தவர் மட்டும்தான் அங்கிருப்பார்.

ஒருவாரம் கழிந்த பிறகு பத்திரங்களின் நகல்களை வாங்கிக் கொடுப்பதாக நிஜ ஓனரை சந்திக்க அழைத்துச் செல்வார்கள். 'எனக்கு நிலத்தை விற்கிற எண்ணம் இல்லை' என்ற சொல்லாயுதத்தை வாங்க வந்தவர் மீது வீசிவிட்டு பதிலுக்குக்கூட காத்திராமல் அங்கிருந்து அகன்று விடுவார் நில உரிமையாளர். நிலம் விற்பனைக்கு உள்ளதா இல்லையா என்ற இந்த விவரம் கூட தெரிந்து வைத்துக்கொள்ளாமல் நம்மிடம் அட்வான்ஸ் வாங்கிய கூட்டு தரகர்களின் கூட்டம் மௌனமாகக் கலையும்.

அதற்கடுத்து வரும் சனி ஞாயிறுகள் தோறும், 'சரியான அம்மாஞ்சிக்குத்தான் என் அப்பா பொண்ணு கொடுத்திருக்கார். வீடு விக்கிறானா இல்லையா என்பதைக்கூடத் தெரிந்து கொள்ளாமல் அட்வான்ஸை கொடுத்துட்டு வந்து நிக்குது. அதைத் திரும்ப வாங்க ஒரு வருஷமாகும்!' போன்ற அர்ச்சனைகள் வீட்டம்மாவிடமிருந்து வந்து விழும்.

இவர்கள் ஏன் இப்படி இருக்கிறார்கள் என்ற வெறுப்பு, நிலங்களைவிற்கும் தரகர்கள் மீது வந்து விழுகிறது. இது ஒரு (Unorganized sector) நெறிப்படுத்தப்படாத துறை என்றாலும் தர்மம் என்ற ஒன்று துளியளவாவது இருக்கவேண்டும் இல்லையா? மனையில் இருக்கும் கிணறை அடைத்த சுவடு தெரியாமல் விலைபேசுவது, குளத்தின் மீது மணலை நிரப்பி விற்றுவிடுவது, மனைக்கு அருகே சுடுகாடு இருக்கும் சுவடு காட்டாமல் பேரம் பேசுவது என்று சில தரகர்களின் லீலைகளால் இங்கு நியாயமாக நடந்துகொள்ளும் நிலத்தரகர்கள்கூட யாருக்கும் நியாயமாகத் தெரிவதில்லை.

சொத்து வாங்குதல் விற்றல் என்பதில் தரகர்களைத் தவிர்க்கவே முடியாது. அதனால் ஜாக்கிரதையாக அவர்களோடு பயணிப்பது அவசியமாகிறது.

வீட்டுமனை வாங்கச் செல்பவரா நீங்கள்? நில்லுங்கள்... இதை படித்துவிட்டுச் செல்லுங்கள்:

தரகர்கள் விளக்கும் விவரத்தை உங்கள் செவிகளில் வாங்கிக் கொள்ளுங்கள். மூளைக்குக் கொண்டு செல்லாதீர்கள். நிலத்தின் உரிமையாளரை கண்ட பிறகே அடுத்த கட்ட நகர்வு என்பதைக் கறாராக தெளிவுபடுத்துங்கள். உரிமையாளரிடம் முன்பணமாக

ஆயிரமோ அல்லது ஐநூறோ மட்டும் கொடுத்து நிலத்தின் பத்திரங்களின் நகல்களை வாங்கிச் செல்லுங்கள். சாவகாசமாக வந்து அந்நிலத்தின் சுற்றுப்புறப் பகுதியினரிடம் விசாரியுங்கள். வாங்கவிருக்கும் நிலத்தை இரவு நேரத்தில் வந்து பார்வை யிடுங்கள். குடிநீர், மார்க்கெட் வசதி, பக்கத்து வீட்டினர், பள்ளி வசதி என்று எல்லா வகையிலும் ஐம்பது சதவிகித திருப்தி உங்களுக்குக் கிடைத்தால்கூட தைரியமாகக் களமிறங்குங்கள்.

நாம் வாங்கவிருக்கும் நிலத்திற்கான தாய் பத்திரம், நிலத்தின் உரிமையாளர் உயிரோடு இல்லாமலிருந்தால் இறப்பு சான்றிதழ், வாரிசு சான்றிதழ், பாகப்பிரிவினை செய்யப்பட்டிருந்தால் பாகப்பிரிவினை பத்திரம்... ஆகியவற்றின் நகல்களை வாங்கிக்கொள்ளுங்கள். பட்டா நில உரிமையாளர் பெயரிலிருந்து மாற்றப்படாமல் கூட்டு பட்டாவில் இருந்தால் தனி பட்டாவுக்கு விண்ணப்பிக்க கேளுங்கள். நிலத்தின் உரிமையாளர் யார் என்பதைத் தீர்மானிக்கும் முக்கிய ஆவணங்களில் ஒன்று பட்டாதான். சிட்டா, அடங்கல், ஹேர் லிஸ்ட் என்னும் அட்டவணை, வரி செலுத்தியதற்கான ரசீது, மின்சாரம் செலுத்திய ரசீது போன்ற ஆவணங்களை வாங்கிக்கொள்ளுங்கள். சார்பதிவாளர் அலுவலகத்துக்குச் சென்று நீங்கள் வாங்கவிருக்கும் நிலத்தின் விவரத்தைக் கொடுத்து சுமார் முப்பது வருடங்களுக்கு வில்லங்கச் சான்றிதழ் கேட்டு விண்ணப்பம் செய்யுங்கள்.

தற்போது வில்லங்கச் சான்றிதழை சரிபார்க்கும் வசதி இணையத்திலும் வந்துவிட்டது. அரசின் பதிவுத்துறைக்கான இணையதளம் முகவரி httpas://tnreginet.gov.in/portal/ -மேற்கண்ட முகவரியின் பக்கத்துக்குச் சென்றதும் முதல் பக்கத்தில் தமிழ் எழுத்துருவை தரவிறக்கம் செய்ய click here என்ற பட்டன் இருக்கும் அதை அழுத்தினால் தமிழ் எழுத்துரு உங்கள் கணினியில் தரவிறக்கமாகும் அதனை உங்கள் கணினியில் இன்ஸ்டால் செய்யுங்கள். இந்த நடைமுறையைச் செய்தால்தான் வில்லங்கச் சான்றிதழை நீங்கள் படிக்க இயலும்.

அடுத்தகட்டமாக வில்லங்கச் சான்றிதழ் தேடுவதற்கான பட்டனை அழுத்தவும், மாவட்டத்தின் பெயர், வட்டத்தின் பெயர், கிராமத்தின் பெயர், சர்வே எண், உட்பிரிவு எண், வில்லங்கச் சான்று எந்தத் தேதியில் இருந்து எந்தத் தேதிவரை தேவை போன்ற விவரத்தைப் பூர்த்தி செய்யவேண்டும். வில்லங்கச் சான்றிதழ் தேடும் முதல் பக்கத்தில் கேட்கப்பட்டிருக்கும் எல்லாக் கேள்வி களுக்கும் பதிலளித்த பின் பூர்த்திசெய்த படிவத்தை சமர்ப்பிக்கவும். பின்பு உங்களின் வில்லங்கச் சான்றைப் பார்வையிட்டு அதனை நகலெடுத்துக்கொள்ளலாம். ஆன் லைன் விவரத்தில் நம்பிக்கை

இல்லை எனக் கருதுபவர்கள் நிலம் அமைந்திருக்கும் சார்பதிவாளர் அலுவலகத்திற்கு நேரடியாகச் சென்று விண்ணப்பிக்கவும்.

வில்லங்கச் சான்று கையில் கிடைத்ததும் அதில் சொத்து கைமாறிய அத்தனை விவரங்களும் தேதி வாரியாகப் புலப்படும். சொத்தின் மூலகர்த்தா, அடமானம், அதிகாரப்பத்திரம் கொடுத்த விவரம், அதிகாரப்பத்திர ரத்து, குத்தகை ஆகிய அத்தனை பரிவர்த்தனைகளும் அதில் அடங்கியிருக்கும். நீங்கள் நிலம் வாங்கும் நபரின் பெயர் கடைசியாக இருக்கவேண்டியது அவசியம். மேற்சொன்ன பரிவர்த்தனைகளை அவர்கள்சார்பதிவாளர் அலுவலகத்தில்பதிவு செய்திருந்தால் மட்டுமே வில்லங்கச் சான்றிதழில் பிரதிபலிக்கும் என்பதை மனதில் பதித்துக்கொள்ளுங்கள். கிரையம் வாங்கவிருக்கும் நிலத்தை குத்தகைக்குக் கொடுத்த விவரத்தை இருதரப்பும் சார்பதிவாளர் அலுவலகத்தில் பதிவு செய்யாவிட்டால் அவை வில்லங்கச் சான்றிதழில் பிரதிபலிக்காது. அதனால் நிலத்தை வாங்கும் முன்பு கிரைய பத்திரத்தின் அசலை வாங்கிச் சரி பார்க்க வேண்டும். மூலப் பத்திரத்தை அடகு வைத்தவரிடம் கொடுத்து விட்டு அசலைப் போலவே நகலை அச்சு அசலாகத் தயாரித்து எடுத்து வந்து நிலம் வாங்க வருபவரை நம்ப வைத்து பேரம் பேசும் கில்லாடிகளும் இருக்கிறார்கள் என்பதை மறந்துவிடாதீர்கள்.

வில்லங்கச் சான்றிதழ் வாங்கி மூன்று மாத அவகாசத்துக்குப் பிறகு கிரையம் செய்யப்போகிறீர்கள் என்றால் கிரையம் செய்வதற்கு முன்பு புதிதாக அன்றைய தேதிவரை புதிய வில்லங்கச் சான்றிதழை வாங்கிவிடுங்கள். ஏனென்றால், உங்களிடம் விற்பனைக்கு ஒப்பந்தம் செய்துவிட்டு, அசல் பத்திரத்தைக் கொண்டு வேறு ஒருவருக்கு விற்கும் வாய்ப்பும் உள்ளது.ஆவணங்கள் அனைத்தையும் ஒரு வழக்கறிஞரிடம் கொடுத்து லீகல் ஒபீனியன் வாங்குவது கட்டாயம். அந்த ஒபீனியனில் ஆதி முதல் அந்தம் வரை அலசப்பட்டிருக்கும். வாங்கப்போகும் சொத்து marketable என்னும் விற்பனை செய்யத் தகுதியானதா என்ற விவரம் தெரியவரும்.

நீங்கள் வங்கியில் கடன் வாங்கி நிலம் வாங்குபவராக இருந்தால் தொண்ணூறு சதவிகித வேலை உங்களுக்கு மிச்சமாகும். ஏனென்றால் நீங்கள் வாங்கும் சொத்தை அடமானமாக எடுத்துக் கொண்டுதான் வங்கி கடன் கொடுக்கும். ஒரு சமயம் நீங்கள் கடன் தொகையைச் செலுத்தத் தவறும்போது வங்கியில் நீங்கள் அடமானமாக வைத்திருக்கும் சொத்தை விற்று, வங்கிகொடுத்த கடனைத் திரும்ப எடுத்துக்கொள்ளும். அதனால், வங்கியானது தான் அடமானமாக எடுக்கும் சொத்தானது விற்பனைக்குரியதா

என்பதைத் தீவிரமாகப் பரிசீலித்த பிறகே முடிவெடுக்கும். அந்தவகையில் வில்லங்கமில்லா சொத்தை வாங்க வங்கியில் கடன் பெறுவதே சாலச்சிறந்தது எனப் பலர் கருதுகின்றனர்.

சொத்து ஆவணங்களைப் படிக்கிறேன் என்று பிரித்துப் பார்த்தால் ஏதோ ரஷ்ய நாட்டு மொழியை வாசிப்பதைப் போன்றதொரு உணர்வு உங்களுக்கு எழும். இது நமதில்லையோ என்ற சந்தேக உணர்வு உங்களுக்குத் தேவையில்லை. ஏனென்றால், ஆவணத்தை அலங்கரித்திருக்கும் மொழிகள் புதிரானவையாகத்தான் இருக்கும். தமிழ் நன்கு படிக்க எழுதத் தெரிந்தவர்களுக்கே புரியாத சொற்களை பத்திரம் எழுதும்போது எதற்காகப் பயன்படுத்துகிறார்கள் என்பது புரியாத புதிர்.

விஸ்தீரணம், ஜமாபந்தி, தீர்வை இப்படியான சொற்களை சொத்து தொடர்பான ஆவணங்களில் நீங்கள் காணமுடியும், விஸ்தீரணம் என்பது பரப்பளவு; தீர்வை என்பது வரி என்று பொருள்படும். ஜமாபந்தி என்ற சொல் திருமணத்தில் உணவுக்காகப் போடப்படும் பந்தியோ என்ற எண்ணம் உங்களுக்கு எழுவதில் தவறில்லை. இந்த ஜமாபந்தி என்ற சொல் நம்மை அடகுப்பொருளாக வைத்திருந்த ஆங்கிலேயர்கள் நடைமுறைப்படுத்திய சொல். ஜமாபந்தி என்பதை, ஒற்றை சொல்லில் நினைவு வைத்துக்கொள்ள வேண்டும் என்றால் ரெய்டு அல்லது தணிக்கை எனலாம்.

அரசாங்கத்தின் வருவாய்த்துறையானது மாவட்டம், வட்டம், கிராமம் எனப் பிரித்து வருடந்தோறும் ஜமாபந்தியை நடத்தும். மாவட்ட அலுவலர்கள் வட்டாட்சியர் மற்றும் சிறப்பு அலுவலர்களும் இதில் இடம் பெறுவார்கள். ஜமாபந்தி நடைபெறவிருக்கும் தேதி, கிராமம் ஆகியவற்றை முன்கூட்டியே அறிவிப்புச் செய்து விடுவார்கள். இத்தகைய விவரங்களை நாளேடுகள் வாயிலாகவும் தெரிந்துகொள்ளலாம். கிராமநிர்வாக அலுவலகத்தில் கிராமவாசிகள் வரி செலுத்தியதற்காக வைத்திருக்கும் ஆவணங்களை ஜமாபந்திக்கு வந்த அலுவலர்கள் சரிபார்ப்பார்கள்.

புறம்போக்கு நிலத்தில் குடியிருப்பவர்கள் பட்டா வேண்டிச் செய்யும் விண்ணப்பம், பட்டா மாற்றம் செய்யாதவர்கள் அதற்கான விண்ணப்பம் மற்றும் அவரவர் தேவைக்கேற்ப நிலம் தொடர்பான மனுக்களை பொதுமக்கள் ஜமாபந்தி நடத்தும் அலுவலர்களிடம் கொடுப்பார்கள். மனுக்களில் உள்ள கோரிக்கைகளை பரிசீலித்து சம்பந்தப்பட்டவர்களிடம் விசாரித்து பட்டா கொடுக்கும் நடவடிக்கைகளில் ஈடுபடுவார்கள்.

2

ஒரே சொத்தை இரண்டு நபர்கள் பத்திரப்பதிவு செய்யமுடியுமா? ஆமாம் என்றால் – சட்டப்படி சொத்தின் உரிமையாளர் யார்?

அசையும் சொத்து, அசையா சொத்து, தாய்வழி வந்த சொத்து, தகப்பன் சேர்த்து வைத்தது, முப்பாட்டன் விட்டுப்போனது, சீதன சொத்து, அடமான சொத்து என்று சொத்துக்குப் பல பரிமாணங்கள் உண்டு. சொத்துக்கும் அது இழுத்து வரும் வம்பு வழக்குகளுக்கும் இதை விடவும் பன்முகம் உண்டு. சொத்துக்காகப் பிரிந்த சொந்தங்கள் சொத்துக்காகச் சேர்ந்த சொந்தங்கள் என்று சொத்தை முதன்மைப்படுத்தி உருவானவைதான் எல்லாமும்.

நமக்கு ஏதாவது எதிர்பாராமல் நிகழ்ந்துவிட்டால் கெட்ட நேரம் என்று மொத்த பாரத்தையும் நேரத்தின்மீது சுமத்திவிட்டு நாம் நம் வேலையைக் கவனிக்க ஆரம்பித்துவிடுகிறோம். ஒருவருக்கு நடக்கும் கெட்டவைகளுக்கு நேரம்தான் காரணமா, அல்லது விதியா என்பதையெல்லாம் நம்பினாலும், நாம் சற்று மதியோடு நடந்துகொண்டால் நல்லதுஎன்பதையும் மறுப்பதற்கு இல்லை. சொத்து விவகாரங்களில் நம் தரப்பில் முடிந்த அளவு நாம் சிரத்தையோடு கவனமாக இருக்க வேண்டியது மிக மிக அவசியம்.

சொத்தைப் பொறுத்தவரை எந்தவகையிலாவது வம்பென்று வந்துவிட்டால் நீதிமன்றப் படிக்கட்டை ஏறிய பிறகு அங்கிருந்து இறங்கி வருவதென்பது அவ்வளவு சுலபமல்லாத ஒன்று. அதனால் இயன்றவரை ஆரம்பத்திலேயே ஜாக்கிரதை உணர்வோடு அத்தனையையும் கையாள வேண்டியது கட்டாயம்.

உதாரணமாக, ஸ்ரீவில்லிபுத்தூர் சிவில் நீதிமன்றத்தில்நடந்த ஒரு வழக்கும், வழக்குக்குப் பிறகு அந்தச் சொத்தை வாங்க வந்தவர் கொண்டு வந்திருந்த பத்திரங்களைப் பற்றியதுமான ஒரு சுவாரஸ்யமான சம்பவத்தைச் சொல்கிறேன், கேளுங்கள்.

3820 சதுர அடிகொண்ட புஞ்சை நிலமானது வஸ்திராயிருப்பு என்ற ஊரைச் சேர்ந்த சண்முகநாதன் மற்றும் அவர் மனைவி ஆகிய இருவர் பேரிலும் இருந்தது. அவர்களால் அந்த நிலத்தை நேரடியாக விற்பனை செய்யமுடியாத சூழ்நிலையில் கமலா என்பவருக்கு விற்பனை மேற்கொள்ளும் அதிகாரப் பத்திரம் ஒன்றைஎழுதி முறைப்படி அதை பதிவும் செய்கிறார்கள். கமலா மேற்கண்ட நிலத்தை அவருக்குக் கொடுக்கப்பட்ட அதிகாரப்பத்திரத்தின் வாயிலாகக் கிடைத்த உரிமையால் அந்த நிலத்தை வர்ஷினி என்பருக்கு1991ல் விற்கிறார்.

நிலத்தின் உரிமையாளர் இருவர். அவர்கள் இரண்டு பேரும் இணைந்து அவர்களின் பவர் ஏஜெண்ட் மூலமாக சட்டபூர்வமான நடவடிக்கைகளை மேற்கொண்டு நிலத்தை விற்றார்கள். இப்போது அந்த நிலத்தின் சட்ட பூர்வமான உரிமையாளர் வர்ஷினி என்பவர்.

வர்ஷினி அவர் பேரில் உள்ள நிலத்தை விற்க முடிவெடுக்கிறார். வர்ஷினி அதற்குண்டான தொகையை நிர்ணயித்து வாங்குபவர் களும் வர்ஷினியின் தரப்பும் நிபந்தனைகளுக்கு உட்பட்டு விற்பனைக்கான ஒப்பந்த ஆவணத்தில் கையெழுத்திடுகிறார்கள்.

இந்த இடத்தில்தான் வந்து விழுகிறது மர்ம முடிச்சு!

பவர் ஏஜெண்டாக நியமிக்கப்பட்டிருந்த கமலாவின் கணவருக்கு இன்னொரு குடும்பமும் இருந்திருக்கிறது. மனைவிக்குக் கொடுத்திருந்த அதிகாரத்தை அவர் திருட்டுத்தனமாகப் பயன்படுத்தி அவரது இரண்டாவது மனைவி பூர்ணிமாவின் பேரில் நிலத்தைப் பத்திரப்பதிவு செய்துள்ளார். இது கமலாவுக்குத் தெரிந்தே நடந்ததா அல்லது அவர் அறியாமல் கணவனால் ஏமாற்றப்பட்டாரா என்ற குழப்பம் தீருவதற்கு முன் வர்ஷினியிடமிருந்து நிலத்தை

வாங்குவதாக இருந்தவர்கள் நமக்கெதற்கு இந்த வில்லங்கச் சொத்தென்று கருதி விற்பனை ஒப்பந்தம்செய்த சொத்தை வாங்க தங்களுக்கு சம்பந்தம் இல்லை என்று தெரிவித்தனர். பிறகு விற்பனை ஒப்பந்தப் பத்திரத்தை ரத்து செய்தனர்.

முறையாக நிலத்தை சார்பதிவு அலுவலகத்தில் பதிவு செய்து கிரையம் பெற்றுள்ள தனக்கே நிலத்தின் உரிமை, பூர்ணிமாவுக்கு இல்லை என்று தைரியமாகக் களமிறங்கினார் வர்ஷினி. அவர் பெயரில் இருக்கும் வில்லங்கமான சொத்தை வேறொருவருக்கு விற்க முடிவெடுத்தார் வர்ஷினி. விற்பனையை மேற்கொள்ள ஏஜெண்ட் ஒருவரையும் நியமித்தார்.

அன்றைய நிலவரப்படி மேற்குறிப்பிட்டிருக்கும் நிலத்திற்கு இரண்டு உரிமையாளர்கள். வர்ஷினியின் ஏஜெண்ட் மூலம் மேற்குறிப்பிட்ட நிலம் அர்ஜுன் என்பவருக்கு விற்கப்பட்டது. முறையாக விற்பனை பத்திரம் தயாரிக்கப்பட்டு பத்திரப்பதிவு அலுவலகத்தில் பதிவு செய்யப்பட்டது. அந்த நிலத்துக்கு அர்ஜுனன் என்பவர் சட்டபூர்வமாக முழு உரிமையாளரானார்.

உங்களுக்குத் தலை சுற்றுவது புரிகிறது, உங்களுக்கு மட்டுமல்ல இந்த வழக்கின் விவரத்தைத் தெரிந்துகொண்ட யாராயிருந்தாலும் அவர் அப்படியான ஒரு நிலைக்குத்தான் தள்ளப்படுவார்.

மனைவி கமலாவுக்குக் கொடுத்த அதிகாரப்பத்திரத்தை வைத்தோ அல்லது அவரது மனைவியை மிரட்டியோ ஏதோ ஒரு தில்லு முல்லுவை கையாண்டு தனது இரண்டாவது மனைவி பூர்ணிமாவின் பெயரில் நிலத்தை பதிவு செய்துள்ளார் கமலாவின் கணவன். இந்த விஷயம் கமலாவுக்குத் தெரியாமல் நிகழ்ந்திருக்குமா அல்லது அவரும் கணவனுக்கு உடந்தையா தெரியவில்லை.

ஓர் அதிகாரப்பத்திரத்தைப் பயன்படுத்தி இரண்டு விற்பனை நிகழ்ந்திருக்கிறது இரண்டும் பதிவுத்துறையில் பதிவாகியும் உள்ளது.

அர்ஜுனன் நிலத்தை வாங்குவதற்கு முன்பு வில்லங்கச் சான்றிதழ் வாங்கியிருப்பார். அப்போது நிலம் பூர்ணிமா என்பவர் பெயரில் இருப்பது தெரியவந்திருக்காதா? ஏனென்றால் நிலத்தை வாங்கிய அர்ஜுனன் சட்டப்படி நிலம் வாங்குவதற்கான தகுதியைப் பெற்றிருக்கிறதா அதை வருங்காலத்தில் விற்கக்கூடிய தன்மை பெற்றதா என்று வழக்கறிஞர் ஒருவரிடம் லீகல் ஒபீனியன்

வாங்கியிருப்பாரே அதில் அந்த நிலம் வேறொருவருக்கு உரிமையாகிவிட்ட விவரம் வெளிவந்திருக்குமே, சார்பதிவாளர் அலுவலகத்தில் வில்லங்கச் சான்றிதழ் வாங்கியிருந்தால் அதில் போலித்தன்மை உடைபட்டிருக்குமே.

அர்ஜுனன் நன்கு படித்து அரசு பணியில் உள்ளவர் அதனால் வில்லங்கச் சான்றிதழைச் சரி பார்க்காமல் நிலத்தை வாங்கும் வாய்ப்பு ஒரு சதவிகிதம் மட்டுமே உள்ளது.

அடுத்த கட்டமாக சார்பதிவாளர் அலுவலக நடவடிக்கைக்கு வருவோம். குறிப்பிட்ட நிலம் ஒரு நபரின் பெயரில் பதிவாகிய பிறகு அதே நிலத்தை இன்னொரு நபருக்கும் பதிவு செய்வது எப்படி சாத்தியப்பட்டது என்ற விளங்காத புதிரை யாருமே விடுவிக்கவில்லை.

ஒரே நிலத்தை இரண்டு பேருக்கும் விற்பது எப்படி சாத்தியமானது? முழு பூசணிக்காயைச் சோற்றில் மறைத்த ரகசியம் இது.

அர்ஜுனன் என்பவர் நிலத்துக்கான முழுப்பணத்தையும் செட்டில் செய்த பின்பே முறைப்படி நிலத்தின் உரிமை அவருக்கு மாற்றமாகியுள்ளது.

அன்றைய தேதியில் குறிப்பிட்ட நிலத்துக்கு இரண்டு உரிமை யாளர்கள். பூர்ணிமா மற்றும் அர்ஜுனன். இந்த இருவரில் நிலம் யாருக்குச் சொந்தம்?

திடீரெனத் தூக்கத்தில் இருந்து விழித்துக்கொண்ட பதிவுத்துறை, மேற்சொன்ன விவரத்தை அர்ஜுனனுக்கு தெரியப்படுத்துகிறது.

அர்ஜுனன், முனிசீப் நீதிமன்றத்தில் வழக்குப் போடுகிறார். வழக்குத் தொடர்ந்த சில காலங்களுக்குள்ளாக, வழக்கு முடிவுக்கு வருகிறது. இந்தத் தலைமுறையைச் சேர்ந்த ஒருவர் சிவில் வழக்குத் தொடர்ந்தால் அது அடுத்த தலைமுறைவரை நீளுமே என்ற உங்கள் எண்ணம் சரிதான். வழக்குத் தொடர்புடைய இரு தரப்பினருமே சமாதான உடன்படிக்கைக்கு வந்து முன்சீப் நீதிமன்றத்தில் மனுதாக்கல் செய்கின்றனர். இரண்டாவது மனைவி பூர்ணிமாவுக்கு வந்தடைந்த சொத்து கள்ளத்தனமானது என்றாலும், நிலத்தைப் பதிவு செய்த பத்திரம் அவர்களிடம் இருப்பதால் உரிமையை விட்டுக்கொடுக்க முன்வருவார்களா? திரைக்குப் பின்புறம் நிகழ்ந்த உடன்படிக்கைகளுக்குப் பிறகு பூர்ணிமாவும் அவரது வாரிசுகளும் அந்த நிலத்துக்கும் தங்களுக்கும் உரிமை யில்லை என்பதை ஒப்புக்கொண்டு கையெழுத்திடுகின்றனர்.

அர்ஜுனன் என்பவர்தான் மேற்சொன்ன நிலத்துக்கு முழு உரிமையாளர் என்ற முடிவினை நீதிமன்றம் அறிவிக்கிறது. இந்த விவகாரம் சுமுகமாக முடிந்ததற்குக் காரணம் போர்ஜரி ஆசாமி பயந்து சமாதான உடன்படிக்கைக்கு வந்திருக்கிறான் அவ்வளவு தான். அர்ஜுனனுக்கு சாமர்த்தியம் இருந்தது, அதனால் அவருக்குச் சாதகமான நிலையை உருவாக்கிக்கொண்டார் அதே சூட்டோடு விற்பனைக்குரிய நிலம் தனக்குத்தான் சொந்தம் என்று நீதிமன்ற உத்தரவைக் காண்பித்து மற்றொருவருக்கு நிலத்தை விற்கும் நடவடிக்கைகளில் ஈடுபட்டார்.

விலா எலும்பு முறிந்து போகும் அளவுக்கு இந்தச் சொத்தில் இத்தனை முடிச்சுகள். வில்லங்கம் நீக்கப்பட்ட நிலம் அவர் வசம் வந்தடைந்ததும், நிலத்தை விற்பனை செய்ய ஒப்பந்தம் செய்கிறார். கிரையப்பத்திரம் தயாரிக்கிறார். விற்பனை பத்திரத்தில் கடைசி பகுதியில் சொத்து விவரம் என்ற இடத்தில் சர்வே எண் 101என்பதற்குப் பதிலாக 102 என்று தட்டச்சுப் பிழையோடு சார்பதிவாளர் அலுவலகத்தில் பத்திரம் பதிவாகிறது. இருதரப்புமே இதை கவனிக்கவில்லையாம். நன்றாக காதில் பூ சுற்றுகிறார்கள். இந்த எழுத்துப் பிழை சாதாரணமானதில்லை அந்த நிலமே அவருக்கு உரிமை இல்லை என்பதை ஆணித்தரமாகக் கூறும் எழுத்துப் பிழை.

அர்ஜுனன் பிழைத்திருத்தம் (ரெக்டிபிகேஷன்) பத்திரம் ஒன்றைத் தயாரித்து சர்வே எண் மாறியுள்ளதைக் குறிப்பிட்டு இருதரப்பும் கையெழுத்திட்டு இதையும் பதிவு செய்கின்றனர்.

லீகல் ஒபீனியன் தேவை என்று ஒருவர் மேற்குறிப்பிட்ட நிலப்பத்திரத்தை என்னிடம் கொண்டுவந்தார், அவருக்கு நான் கொடுத்த ஒபீனியன் என்னவென்று உங்களுக்குச் சொல்ல வேண்டிய அவசியம் இருக்காது. உங்களின் சுயசோதனைக்காக சில கருத்துகளை முன்வைக்கிறேன், நீங்களே முடிவெடுங்கள்.

- முதலில் கணவன் மனைவி ஆகிய இருவர் பேரிலும் இருந்த சொத்து எந்தவித அச்சமும் இன்றி வில்லங்கமற்று வாங்குவதற்குத் தகுதியானதாக இருந்தது.
- அதிகாரப்பத்திரத்தின் வாயிலாக சொத்தை விற்கும் உரிமை ஒருவருக்கு மாறுகிறது. அதற்குச் சான்றாக அதிகாரப் பத்திரமும் முறைப்படி பதிவு செய்யப்பட்டிருக்கிறது.

- சொத்தை விற்பனை செய்ய அதிகாரம் பெற்ற முகவர் அதை முறைப்படி விற்கிறார். அந்தக் கிரையப் பத்திரமும் பதிவாகிறது.

- இதே சொத்து போலி அதிகாரப்பத்திரம் தயாரிக்கப்பட்டு விற்கப்படுகிறது. அந்தப் பத்திரமும் பதிவாகிறது.

- ஒரே சொத்தை இரண்டாவதாக வாங்கியவருக்கு சார்பதிவாளர் அலுவலகத்திலிருந்து அறிவிப்பு வருகிறது.

- இரண்டாவதாக சொத்தை வாங்கியவர் நீதிமன்றம் செல்கிறார்.

- இருதரப்பும் சமாதானமாகிறார்கள்.

- இருதரப்பினருக்குமிடையே நிபந்தனை விதிக்கப்படுகிறது.

- வழக்கில் எதிராளியாகச் சேர்க்கப்பட்டவர்களில் இருவர் மாயமானவர்களாகக் குறிப்பிடப்படுகிறார்கள்.

- நீதிமன்றம் சொத்தின் முழு உரிமையாளர் அர்ஜுனன் என்று ஆணித்தரமாக எழுதியுள்ளது. காணாமல் போன இரண்டு பேர் திரும்பி வந்து வழக்கைப் புதுப்பித்தால் என்ன நேரிடும்.

- பத்திரத்தின் ஆணிவேரே சர்வே எண், அதை இருதரப்பினருமே கவனிக்காமல் விட்டிருக்கிறார்கள்.

- அதற்கொரு ரெக்டிபிகேஷன் பத்திரம்.

- தாள்கள் அனைத்தும் சரியாகத்தான் இருக்கிறது. சந்தேகங்கள் மட்டுமே தீராமல் நீள்கிறது.

3

நிலத்தின் வகைகள் என்னென்ன?

வங்கிக் கணக்கில் இருப்பு வைத்திருப்பதாலேயே ஆசைப்பட்ட நிலத்தை வாங்கிவிட முடியும் என்று இப்போதுள்ள நிலையில் யாரும் மனப்பால் குடித்துவிடமுடியாது. நிலத்தை பத்திரப்பதிவு செய்வதென்பது நீண்ட நெடிய சம்பிரதாயம். வாங்கவேண்டிய நிலத்துக்கான முழுத்தொகையைச் செலுத்திவிட்டேன், பத்திரப்பதிவு நிகழ்ந்தாயிற்று; பட்டாவிலும் பெயர்மாற்றம் செய்தாகிவிட்டது இப்போது அந்த நிலத்தின் ஏகபோக உரிமையாளர் நான்தான் என்று உறுதியுடன் தைரியமாகச் சொல்ல ஒருவராலும் முடியாது. ஏனென்றால் புரியாத சட்டம் ஒரு புறமும், புதிரான நடைமுறைகள் மறுபுறமென குழம்பிக் கிடக்கும் மக்களின் மனநிலையில் குத்தாட்டம் போட்டு, குதூகலமாகச் சம்பாதித்துக்கொண்டு இருக்கின்றனர் வியாபாரத் தந்திரிகள்.

நிலத்தைக் கிராம எல்லைக்குட்பட்ட பகுதியில் வாங்கினால் அதற்கொரு விதிமுறை:

முதலில் நிலத்திற்கு உரிமையாளர் என்று அடையாளப்படுத்தும் நிலத்துக்கு அவர்தான் உரிமையாளரா என்று ஊர்ஜிதப்படுத்திக் கொள்ள வேண்டியது மிக அவசியம். நிலம் நஞ்சை வகையைச் சேர்ந்ததா, புஞ்சை வைகையைச் சேர்ந்ததா? என்பதைச் சரி பார்த்துக்கொள்ள வேண்டும். சொத்து, பாகப்பிரிவினை மூலம்

வந்ததா? அப்படியானால் வெறும் பாகப்பிரிவினை மட்டும் நிகழ்ந்துள்ளதா அல்லது நிலத்தை வாரிசுதாரர்கள் முறையே பங்கிட்டு பத்திரப்பதிவும் செய்துள்ளனரா என்பதை சரி பார்க்க வேண்டும். கூட்டுக் குடும்பச் சொத்தாக இருந்தால், கூட்டுக் குடும்பச் சொத்துக்குரிய வாரிசுகளில் யாராவது பாகப்பிரிவினை செய்வதற்கு முன்பே இறந்துவிட்டிருந்தால் இறந்தவரின் இறப்பு சான்றிதழ் வாங்கிவிடவேண்டும்.

அதற்கு அடுத்தகட்டமாக 'வீட்ல பொண்டு பொடுசுகள் இன்னும் யாராவது இருந்தால் வந்துடுங்கப்பா. கபாலி மரியாதை செய்ய ஆசைப்படறார். அப்புறம் யாரும் கபாலி மரியாதை செய்யலைன்னு சொல்லிடக்கூடாது' என்ற நகைச்சுவை நடிகர் ஒருவரின் வசனத்தை நினைவில் வைத்துக்கொள்ளவேண்டும்! நிலத்தின் உரிமைதாரரின் அத்தனை வாரிசுகளையும் அழைத்து ஒரு கையெழுத்தை வாங்கிவிட்டால்,வருங்காலத்தில் யாரும் உங்களின் சொத்தில் ஒரு துளை போட வாய்ப்பிருக்காது. 'அப்பப்பா! அவருக்கு முப்பது நாற்பது பேர் வாரிசுங்க. இவங்களை எல்லாம் பத்திரப்பதிவு அலுவலகத்துக்கு டெம்போ வெச்சுத்தாங்க கூட்டிட்டுப் போகணும்!' என்று பிரமித்தால் இன்னொரு சுலபமான பாதையும் இருக்கிறது. கூட்டுக்குடும்ப வாரிசுகள் அத்தனைபேரும் ஒருமித்து அவர்களில் ஒருவருக்கு நிலத்தை விற்பதற்கான அதிகாரப்பத்திரத்தைக் கொடுத்துவிட வேண்டும் என்று நிபந்தனை விதித்து, அந்த அதிகாரப்பத்திரத்தை பதிவு செய்துவிட்டால், நிலத்தை வாங்கவேண்டிய நபர் நிலத்தை விற்கும் அதிகாரம் பெற்ற ஒரே நபரிடமிருந்து நிலத்துக்கான உரிமையை மாற்றம் செய்து கொள்ளலாம்.

நிலத்தை வாங்கி வீடு கட்டப்போகிறோம் என்று தீர்மானமாக இருந்தால் வீடு கட்ட, பஞ்சாயத்து அப்ரூவல் கிடைக்குமா என்று ஆரம்பத்திலேயே உறுதிப்படுத்திக்கொள்ளவேண்டும்.

நஞ்சை நிலம் புஞ்சை நிலம், விவசாய நிலம்,போக்குவரத்துக்காக விடப்பட்ட நிலம், பொழுதுபோக்குக்காக நிர்ணயிக்கப்பட்ட நிலம், கமர்ஷியல் கட்டடங்கள் கட்டுவதற்கான நிலம், புறம்போக்கு நிலம், கிராமநத்தம், கிராமநத்தம் புறம்போக்கு நிலம், கோயில் நிலம் இப்படி நிலத்தில் பலவகைகள் உண்டு.

நஞ்சை நிலம்:

நஞ்சை நிலம் என்றால் நன்மை செய்யும் நிலம் என்பார்கள் அதாவது நீர் வளம் நிறைந்த பகுதி என்று பொருள்படும். இவ்வகை

நிலங்களில் நீரை நம்பி சாகுபடியாகும் பயிர்கள் விளையும். குறிப்பாக கரும்பு நெல் வாழை போன்ற பயிர்வகைகள் இங்கு பயிரிடப்படுகின்றன.

புஞ்சை:

புன்மை செய்யும் நிலம், அதாவது நீர் வளத்தை எதிர்பார்க்காமல் நம் சென்னைவாசிகளின் மனநிலையுடைய பூமி. இந்தப் பூமியில் நீர் வளத்தை நம்பாமல் வளரும் பயிர் வகைகள் விளையும்.

நஞ்சை நிலமோ புஞ்சை நிலமோ இதுபற்றி எல்லாம் நமக்கெதற்கு. அதில் பயிர் விளைவிக்கும் விவசாயி தெரிந்துகொண்டால் போதும். இங்கு எதற்கு இதுபற்றிச் சொல்கிறார்கள் என்று தோன்றுகிறதல்லவா? காரணம் இருக்கிறது! நீங்கள் வீடு கட்ட மனை வாங்கும்போது டாக்குமெண்ட்டில் நஞ்சை நிலம் புஞ்சை நிலம் என்று அதில் எழுதியிருக்கும்போது, இதை வாங்கலாமா வேண்டாமா என்ற சந்தேகம் எழும்போது இப்போது நீங்கள் படிப்பது அப்போது உங்கள் மூளையில் நூறு வாட்ஸ் பல்பாக பளிச்சிடும்.

கிராமநத்தம்:

மனை கட்டி குடியிருப்பதற்காக ஒதுக்கப்பட்ட நிலம் கிராம நத்தம் எனப்படுகிறது. அதாவது ஆரம்பத்தில் அரசாங்க நிலமாக இருந்திருக்கும், அந்த இடத்தில் காலம் காலமாக குடியிருக்கும் நபர் உரிய அலுவலர்களிடம் விண்ணப்பம் கொடுத்து, தான் வசிக்கும் வீட்டுக்கான நிலத்துக்கு மனைவரி தோராயப்பட்டா வாங்கி வைத்திருப்பார் . சிலரிடம் கிராம நத்தம் வீட்டு மனைக்கு பட்டா இருக்காது. ஒரு சிலர் கிராமநத்தம் நிலத்திற்கு பட்டாவும் வைத்திருப்பார் கள் . எளிமையாக நினைவில் வைத்துக்கொள்ள வேண்டுமென்றால் கிராம நத்தம் என்பது வீடு கட்டிக் கொள்வதற்கான மனை .கிராம நத்தம் மனையை கமர்ஷியலுக்கு உபயோகப்படுத்த முடியாது

கிராமநத்தம் புறம்போக்கு:

குடியிருக்க வீடில்லாத எளிய ஏழை மக்கள் அவர்கள் வசிப்பதற்காக புறம்போக்கு இடத்தில் வீட்டை கட்டிக்கொள்வர். இப்படி கிராமநத்தம் புறம்போக்கு இடத்தில் வீடு கட்டி ஆண்டாண்டு காலமாக வசித்து வந்தவர்கள் பட்டாவுக்காக விண்ணப்பித்து பட்டாவும் வாங்கி வைத்துள்ளனர்.

புறம்போக்கு நிலம்:

சுருக்கமாகச் சொல்லவேண்டும் என்றால் நமக்கு உரிமையில்லாத, மற்றவர்களுக்கும் உரிமையில்லாத, அரசுக்குச் சொந்தமான நிலம் புறம்போக்கு நிலம் எனப்படும். அரசுக்கு உரிமையான நிலமென்றால் அந்த நிலம் அரசின் பயன்பாட்டில் இருக்க வேண்டும் என்று அவசியமில்லை.

புறம்போக்கு நிலங்கள் காலிமனைகளாகப் பயன்படுத்தப்படாமல் இருக்கும்பட்சத்தில் வசதியில்லாதவர்கள் அல்லது தங்களது சொந்த நிலத்துக்கு அருகாமையில் யாரும் பயன்படுத்தாமல் கிடப்பில் கிடக்கும்காலி இடத்தில் தங்களின் பயன்பாட்டு எல்லைக்குள் வரும்படி வளைத்து ஆண்டாண்டு காலமாக அதை அனுபோகத்தில் வைத்திருப்பார்கள்.

சிலர் புறம்போக்கு நிலத்தில்தான் தங்களின் வீட்டைக் கட்டியிருப்பார்கள். சுமார் நாற்பது ஐம்பது வருடங்கள்... இன்னும் சிலர், தலைமுறைகள் கடந்தும் கூட புறம்போக்கு இடத்தைத் தங்களது சொந்த இடமாகத்தான் பாவித்து அனுபவித்து வருவார்கள். இதில் சிக்கல் என்கிற ஒன்று எங்கு எழுகிறதென்றால், அரசாங்கமோ அல்லது கிராமத்தில் இயங்கும் அரசுசார்ந்த அலுவலகமோ பொது பயன்பாட்டுக்குக் குறிப்பிட்ட இடம் தேவை என்று கருதும் பட்சத்தில் புறம்போக்கு இடத்தில் ஆக்கிரமித்திருக்கும் தனிநபரை பாரபட்சமின்றிக் காலிசெய்யும் உரிமை அரசுக்கு உண்டு என்பதை யாரும் மறந்துவிடக்கூடாது.

'நான் கடந்த ஐம்பது வருடமாக இந்த இடத்தில்தான் வீடுகட்டி வசித்து வருகிறேன்' என்கிற கதையெல்லாம் அரசிடம் செல்லுபடி ஆகாது. சமீபத்தில் சென்னை மாநகரில் புறம்போக்கு நிலத்தை ஆக்கிரமித்துக் கட்டப்பட்ட அடுக்குமாடிக் கட்டடங்களைத் தயவுதாட்சண்யம் இல்லாமல் இடித்துத் தரைமட்டமாக்கியுள்ளனர் என்பதே புறம்போக்கு நிலம் ஆக்கிரமிப்பின் அபாயத்தை விளக்கும் பெரும் உதாரணம்.

தமிழகத்தில் ஆட்சி செய்வோரின் கோட்பாடுகளுக்கேற்ப தீர்மானம் இயற்றி கிராமநத்தம், புறம்போக்கு, கிராமநத்தம் புறம்போக்கு ஆகிய நிலங்களில் குடியிருக்கும் உரிமையாளர்களுக்கு பட்டா வழங்கும் அதிகாரத்தை அந்தந்தப் பகுதிக்கு உட்பட்ட வட்டாட்சியர் அல்லது மாவட்ட ஆட்சியருக்கு அரசாங்கம் வழங்கும். அரசு மாறும்போது முந்தைய ஆட்சியில் செயல்படுத்தப்

பட்ட திட்டமும் இழுத்து மூடப்பட்டு விடுகிறது. முந்திக்கொண்டு பட்டாவுக்கு விண்ணப்பித்து தங்கள் பெயரில் பட்டா வாங்கியவர்கள் பூரண உரிமையாளர் ஆனார்கள். தவறவிட்டவர்கள் தாங்கள் வசித்து வரும் இடம் என்று பறிபோகுமோ என்று பயத்தோடு வாழ்ந்து வருகிறார்கள்.

ஜமீன்தார் முறை நடைமுறையில் இருந்தபோது அங்கு பணியில் இருந்தவர்களின் சுயப்பயன்பாட்டுக்கு என்று நிலங்களை இலவசமாகக் கொடுத்திருக்கிறார்கள். அத்தகைய நிலஉரிமைப் பத்திரங்களைப் படித்தபோது அந்த நிலத்தை அவர்கள் ஆண்டு அனுபவிக்க இயலுமே தவிர விற்க முடியாது என்ற வாசகம் இருப்பதை தெரிந்துகொள்ள முடிந்தது.

விவசாய நிலத்தை வாங்கினால் அதில் கட்டடம் எழுப்பும் அனுமதி பெறுவது கடினம் என்பது உங்களுக்கே தெரியும்.

சாலையின் இருபக்கங்களிலும் வசித்து வருபவர்கள் அல்லது வணிகம் செய்து வருபவர்கள் யாராக இருந்தாலும் அரசு சாலையை விரிவுபடுத்தும் திட்டத்தைத் தொடங்கும்போது கருணை இல்லாமல் அரசு பயன்பாட்டுக்கு உரிய இடத்தில் அது வசிக்கும் இருப்பிடமாக இருந்தாலும் ராட்சத இயந்திரத்தைக்கொண்டு தரைமட்டமாக்கும்.

அரசாங்கம் சாலையை விரிவுபடுத்த எடுத்துக்கொண்ட நம் நிலத்துக்கு அன்றைய மார்க்கெட் மதிப்பின்படி இழப்பீடு வழங்குவார்கள். ‘பனைமரக் காடே, பறவைகள் கூடே மறுமுறை ஒருமுறை பார்ப்போமா’ என்ற ஏக்கத்தோடு இடத்தைக் காலி செய்துவிட்டு மூட்டை முடிச்சோடு கிளம்பவேண்டிய நிலை வரும். நீதிமன்றத்துக்கு சென்று இடைக்கால தடை வாங்கிவிடலாம் என்று மனப்பால் அருந்துபவர்கள் மன்னிக்கவும்... வெற்றி பெறுவதற்கான சாத்தியக்கூறுகள் இதில் சொற்பமாகக்கூட இல்லை.

கிருஷ்ணகிரி மாவட்டத்தில் தேசிய சாலையில் அமைந்துள்ள ஒருகிராமத்தில், ஏரிக்கு அருகாமையில் அமைந்த புறம்போக்கு நிலத்தில் ஐம்பது ஆண்டுகளுக்கும் மேலாக சில சிறு வியாபாரிகள் அங்கு கட்டடம் கட்டி வியாபாரம் செய்து வந்தனர். அந்த வியாபாரத்தை நம்பி தங்கள் குடும்பத்தின் பசியைப் போக்கிவந்த அந்த வியாபாரிகள் அனைவரையும் ஒட்டுமொத்தமாக காலி செய்யவைத்திருக்கிறது அரசு.மொத்த வியாபாரிகளும் ஒன்று திரண்டு, அவர்களுக்கு எதிரான ஆணையை முறியடிக்க மாவட்ட

நீதிமன்றத்தைக் கடந்து உயர்நீதிமன்றம்வரை வந்து போராடியும் பலனில்லாமல் போனது. கடைகள் மொத்தமும் காலி செய்யப் பட்டன.

கிராமத்தின் பொது பயன்பாட்டிற்காக ஒதுக்கப்பட்ட நிலம், கோயில் நிலம், ஏரி கரையோரம், சாலையோரம் ஆகிய இடங்களின் அருகே நிலம் வாங்கும் முன் பத்திரத்தை அல்லது பத்திரத்தில் புலப்படாத விஷயத்தையும் தீர அலசிய பிறகு வாங்குவது அவசியம். 'அவங்க தாத்தா காலத்துல இருந்து அந்த இடத்துலதான் வாழறாங்க' என்று வாய்வழியாகக் கொடுக்கும் ஒப்புதல்கள் உதவாது. அவர்கள் வைத்திருக்கும் பட்டாவில் என்ன உள்ளதோ அதுதான் பேசும். காகிதங்கள் பேசாதபோது அந்த நேரத்தில் நமக்கு எதிராக நிகழும் சம்பவங்களைக் கண்டு நாம் மௌனமாக இருப்பதுதான் தீர்வாக இருக்கும்.

4

மனை வாங்குவதற்கு அப்ரூவல் அவசியமா?

மனை வாங்குவது எதற்காக? தேவைகள் ஒவ்வொருவருக்கும் மாறுபடும். விவசாயம் செய்வதற்காக, வீடு கட்டுவதற்காக, தொழில் தொடங்குவதற்காக, சேமிப்பைப் பாதுகாக்க, நிலத்தில் மூலதனம் செய்தால் வருங்காலத்தில் இருமடங்காக பெருகும் என்பதற்காக-இப்படியான கனவுகளில்தான் நிலங்களில் மக்கள் மூலதனம் செய்கிறார்கள். நாம் எந்த நோக்கத்திற்காக வாங்குகிறோமோ அது நிறைவேற வேண்டுமென்றால் அதற்கான அங்கீகாரம் அவசியம்.

பஞ்சாயத்து அப்ரூவல்:

வீடுகட்டுவதைப் பொறுத்தவரை கிராம எல்லைக்கு உட்பட்ட நிலமாக இருந்தால் பஞ்சாயத்து அப்ரூவல் வாங்கலாம். பஞ்சாயத்து உரிமம் என்பது கட்டடம் கட்ட கொடுக்கப்படும் அனுமதி மட்டுமே. ஏக்கர் கணக்கில் நிலத்தை வாங்கி லே அவுட்டாக பிரித்து, பஞ்சாயத்து அப்ரூவல் வாங்கப்பட்ட வீட்டுமனை என்று அங்கே வைக்கப்பட்டிருக்கும்பெயர் பலகை நமக்கு ஆச்சரியத்தை கொடுக்கிறது. ஏனென்றால் கால் ஏக்கர் நிலத்தில் வீடு கட்டுவதற்கான அனுமதியை மட்டுமே பஞ்சாயத்துத் தலைவரால் கொடுக்க முடியும். லே அவுட்டாக பிரித்து விற்பனை செய்யும் மனைகளுக்கு அங்கீகாரம் கொடுக்கும் அதிகாரம் பஞ்சாயத்துத் தலைவர்களுக்கு இல்லை.

கிராம எல்லைக்குள் அமைந்திருக்கும், அரசு அங்கீகாரம் பெறாத பட்டா நிலத்தை வாங்கிப் பதிவு செய்யலாமா? அனுமதி இருக்கிறதா இல்லையா என்ற பஞ்சாயத்து, நீதிமன்றங்களில் நிலுவையில் உள்ளது. அரசு வங்கிகள், பட்டா மட்டும் வைத்திருக்கும் நிலத்திற்குக் கடன் வழங்குவதில்லை என்பதை மட்டும் ஆழ்மனதுக்குள் பொருத்திக்கொள்ளுங்கள்.

பஞ்சாயத்து அப்ரூவல் செல்லாது என்ற ரீதியில் இதுவரை நாம் விவரித்த விவரத்துக்குத் தற்போது விவாதிக்கவிருக்கும் வழக்கு நேரெதிர்.

கன்னியாகுமாரி மாவட்டத்தில் பஞ்சாயத்துக்குக் கீழ் வரும் நிலத்தில் பள்ளி கட்டுவதற்கு பள்ளிக் கல்வித்துறை மறுப்புத் தெரிவிக்கிறது.

பள்ளியின் நிர்வாகி மதுரை உயர்நீதிமன்றத்தில் வழக்குத் தொடுக்கிறார். அந்த வழக்கை நீதிமன்றம் விசாரணைக்கு எடுத்துக் கொள்கிறது. பள்ளியின் நிர்வாகி பள்ளிக் கட்டடம் கட்டுவதற்கான உரிமத்தை பஞ்சாயத்துத் தலைவரிடம் இருந்து பெற்று வைத்திருக்கிறார். ஆனால், பள்ளிக் கல்வித்துறையினர் பள்ளிக் கட்டடம் கட்டுவதற்கு DTCP அப்ரூவல் தேவை என்கின்றனர்.

தமிழ்நாடு பஞ்சாயத்து கட்டட விதிமுறைகள் 1997ல் பஞ்சாயத்துத் தலைவர் அவர் கட்டுப்பாட்டுக்குள் வரும் நிலங்களில் கட்டடம் கட்டுவதற்கான அனுமதியை வழங்கமுடியும் என்பதைப்பற்றித் தெரிவிக்கிறது. அதன்படி பள்ளியின் நிர்வாகி ஏற்கெனவே பஞ்சாயத்துத் தலைவரிடம் உரிமம் பெற்றுள்ளார். மேற்சொன்ன சட்டத்தில் பிரிவு 25 ஆனது என்ன சொல்கிறதென்றால், 'சில கட்டடங்களுக்கு அனுமதி வழங்குவதற்கு முன்னால் பஞ்சாயத்துத் தலைவர் நகர ஊரமைப்பு இயக்ககத்தின் உயர் அதிகாரிகளிடம் கலந்து ஆலோசிக்க வேண்டும்' என்று இருக்கிறது. இந்தக் குறிப்பை மறுப்பதற்கில்லை என்றாலும் அது பஞ்சாயத்துத் தலைவர் மற்றும் நகர ஊரமைப்பு இயக்ககம் இவர்களுக்குள் இருக்கும் பஞ்சாயத்து. அதை பள்ளி நிர்வாகியின் தலையில் சுமத்தக்கூடாது என நீதிமன்றம் தெரிவித்தது. இந்தத் தடாலடி தீர்ப்பு, பஞ்சாயத்து அப்ரூவல் பள்ளிக் கட்டடம் கட்டுவதற்கும் கொடுக்க இயலும் என்பதை நிரூபிக்கும் விதிவிலக்கான வழக்கு இது.

நகர ஊரமைப்பு இயக்ககம்: (DTCP - Directorate of town and country planning)

நகர ஊரமைப்புச் சட்டம் 1971ல் கொண்டுவரப்பட்டது. நாம் ஓர் இடத்தைத் தேர்ந்தெடுத்து நிலம் வாங்குகிறோம் என்றால் அந்த

இடம் விற்பனைக்குரியதா, அரசாங்கம் அங்கு ஏதேனும் பொது பயன்பாட்டுக்காக கட்டடங்கள் எழுப்ப உள்ளார்களா, சாலையை விரிவுபடுத்துவதற்காக நிலத்தை எடுத்துக்கொள்ளப்போகிறார்களா, அந்த இடத்தில் கட்டடம் கட்ட அனுமதி இருக்கிறதா போன்ற விவரங்கள் இங்கு தெரியவரும். அதனால்தான் நகர ஊரமைப்பு இயக்ககத்தின் அனுமதி பெற்ற மனையை வாங்கவேண்டும் என்கின்றனர்.

ஐ.எஸ்.ஐ. முத்திரை குத்தப்பட்ட பொருளை வாங்கும்போது எத்தகைய பாதுகாப்பு உணர்வு ஏற்படுகிறதோ, அதே உணர்வு, DTCP அங்கீகாரம் பெற்ற மனையை வாங்குபவர்களுக்கும் இருக்கும்.

சென்னையை தலைமையிடமாகக் கொண்டு நகர ஊரமைப்பு இயக்ககம் - (DTCP) அலுவலகம் செயல்படுகிறது. சென்னை மாநகர எல்லை என்று வரையறுத்துள்ள பகுதிகளில் அமைந்திருக்கும் நிலத்துக்கு உரிமம் வழங்கும் அதிகாரம் DTCP அலுவலகத்துக்கு இல்லை. காஞ்சிபுரம் திருவள்ளூர் ஆகிய மாவட்டங்களின் சில பகுதிகளும் சென்னை எல்லைக்குள் வருகின்றன. சென்னையைத் தவிர்த்து தமிழ்நாட்டின் எல்லையில் அமைந்திருக்கும் இதர நிலங்களின் அங்கீகாரம் அளிக்கும் அதிகாரம் DTCP அலுவலகத்துக்கு உள்ளது. கிராமங்கள் மற்றும் நகரங்களில் புரமோட்டர்கள் ஏக்கர் கணக்கில் நிலத்தை வாங்கி அதை வீட்டு மனைகளாகப் பிரித்து விற்பனை செய்வார்கள். மனைப்பிரிவுகளில் DTCP அப்ரூவல் உள்ள மனை என்ற விளம்பர பலகை நம் கால்களை அங்கே நகர்த்திச் செல்லும்.

லே அவுட்டில் நிலம் விற்பனை செய்யவேண்டும் என்றால் DTCP வகுத்துள்ள விதிமுறைகளைப் பின்பற்றியிருக்க வேண்டும். லே அவுட் பத்து ஏக்கருக்கு மேல் இருந்தால் அவர்கள் DTCP அப்ரூவலே வைத்திருந்தாலும் அது உதவாது. ஏனென்றால் பத்து ஏக்கருக்கு மேல் நிலப்பரப்பு கொண்ட நிலமாக இருந்தால் அதற்கான உரிமம் வழங்கும் பவர் DTCPயின் தலைமை அலுவலகத்துக்குத்தான் உள்ளது.

லே அவுட்டில் வீட்டு மனைப் பிரிவுகள் போடும்போது பூங்கா, விளையாட்டுப் பகுதி, சாலை மற்றும் பஞ்சாயத்துக்கான பொது பயன்பாட்டுக்கு அதாவது, அந்த லே அவுட்டில் குடிவரும் மக்களின் நலனுக்கான திட்டங்களுக்கு சில மனைகளை ஒதுக்கி இருக்கவேண்டும் என்ற விதிமுறை இருக்கிறது. ஆனால், அப்படி பொதுப் பயன்பாட்டுக்காக ஒதுக்கப்பட்ட மனைகளை ரியல் எஸ்டேட்காரர்கள் உங்களுக்கு விற்று விடும் வாய்ப்பும் உள்ளது.

அதை வாங்கி விடாமல் கவனிக்க வேண்டும். அடுக்குமாடி குடியிருப்பு அமைந்திருக்கும்கட்டடங்களுக்கான அனுமதியையும் இந்த அலுவலகம்தான் வழங்குகிறது. அடுக்குமாடி குடியிருப்புக் கட்டடங்களில் வீடு வாங்குபவர்கள் DTCPயின் விதிமுறைகளைப் பின்பற்றி கட்டடங்கள் கட்டப்பட்டிருக்கிறதா என்பதை கவனியுங்கள்.

சென்னை பெருநகர் வளர்ச்சிக் குழுமம்: (CMDA - Chennai Metropolitan Development Authority)

நகர்புறங்களில் வீட்டு மனைகள் வாங்கினால் அதற்கு பெருநகர வளர்ச்சிக் குழுமத்தின் அனுமதி பெற்றிருக்க வேண்டும். சென்னை எல்லைக்குள் உட்பட்ட வீட்டு மனைகள், அடுக்குமாடி குடியிருப்புகள், காஞ்சிபுரம் மற்றும் திருவள்ளூர் ஆகிய இரண்டு மாவட்டங்களில் சென்னை மாநகர எல்லைக்குள் வரும் மனைகள் ஆகிய இடங்களில் நீங்கள் நிலமோ அல்லது வீடோ வாங்கினால் முதலில் கவனிக்க வேண்டியது அவற்றிற்கு CMDAவின் அங்கீகாரம் இருக்கிறதா என்பதைத்தான். நகர ஊரமைப்பு வளர்ச்சிக் குழுமத்தின் அதே விதிமுறைகள் இவற்றிற்கும் பொருந்தும்.

தற்போதுள்ள வர்த்தகமயமான வாழ்க்கைச் சூழலில் வங்கியில் கடன் வாங்காமல் வீடு கட்டுவது என்பது சாத்தியமில்லாத ஒன்று. கிராமம் மற்றும் நகர்ப்புறமாக இருந்தால் DTCP, பெருநகரமாக இருந்தால் CMDAவால் அங்கீகரிக்கப்பட்ட இந்த அப்ரூவல்கள் இல்லாத மனைகளை எக்காரணம் கொண்டும் வாங்காமல் இருப்பது நல்லது. இல்லையென்றால் சேமித்து வைத்துள்ள பணத்தில் வீட்டுமனையை வாங்கிவிட்டு, கட்டடம் கட்டுவதற்கு கடன் வாங்க உங்கள் வீட்டுமனைப் பத்திரத்தை வங்கிகளுக்குக் கொண்டு செல்லும்பொழுது நீங்கள் பத்திரத்தை நீட்டிய வேகத்திலேயே உங்களிடம் திருப்பி கொடுத்து விடுவார்கள்.

வீட்டுமனை மற்றும் வீடுகளுக்கு அங்கீகாரம் வழங்கும் அதிகாரம் படைத்த இந்த இரண்டு அமைப்புகளின் அங்கீகாரம் பெற்றிருந்தால் வங்கிகள் கண்ணை மூடிக்கொண்டு உங்கள் ஃபைலை பிராசஸ் செய்ய ஆயத்தமாகும்.விளை நிலங்களை பிளாட்டாக உருமாற்றி காசாக்கும் வர்த்தகத்தில் ஈடுபடுபவர்கள் அதற்கு அங்கீகாரம் பெறவேண்டும் என்றால் ஏற்கெனவே தெரிவித்ததைப்போல பல நிபந்தனைகளைப் பூர்த்தி செய்ய வேண்டும். பூங்கா அமைக்க, சாலைகள் அமைக்க, பொதுப்பயன்பாடு என்று நிலங்களை ஒதுக்கி விட்ட பிறகே நிலத்தை பிளாட்டாக பிரிப்பதற்கான அங்கீகாரத்தைப் பெறமுடியும். அதனால் இந்த இரண்டு அமைப்புகளின் அங்கீகாரம் இருந்தால் தைரியமாகக் களத்தில் இறங்கலாம்.

5

அடுக்குமாடிக் குடியிருப்பு அமர்க்களங்கள்

தாத்தா பாட்டி, அப்பா அம்மா, பெரியப்பா பெரியம்மா, அவர்கள் பிள்ளைகள் என்று ஒரே வீட்டுக்குள் ஒரே குடும்பமாக வாழ்ந்தவர்கள் நாம். கூட்டுக்குடும்பத்தில் சம்பாதிப்பதில் தொடங்கி வீட்டு வேலைகளைச் செய்வதுவரை அங்கே பகிர்ந்து கொள்ளப்படும். அங்கும் வேலையில்லா பட்டதாரிகளும், அடுப்படியிலிருந்து நழுவிக்கொள்ளும் யுவதிகளும் இருக்கத்தான் செய்தார்கள். ஆனாலும் வேற்றுமையிலும் ஒற்றுமை துளிர்த்த இடம் அந்தக் கூட்டுக்குடும்ப வாழ்க்கைதான். ஒருவருக்கு காயம் என்றாலும் அழுவதற்கென்று பல கண்கள் காத்திருந்தது. அன்று விவசாயம் செய்தவனும் நிலம் வைத்திருந்தவனும்தான் கோடீஸ்வரன்கள். நாகரீகமும் விஞ்ஞான வளர்ச்சியும் அங்கு எட்டிப் பார்க்காதபோதும் நிம்மதியாக வாழ்ந்தோம்.

ஆனால் படிப்புக்கேத்த வேலை என்று என்றைக்கு நாம் பட்டணம் நோக்கி நடையைக் கட்டினோமோ அன்று தொடங்கிய நகர்வுதான் விளை நிலங்களை விற்று விவசாயத்தை வேரறுத்து கிராமத்தில் வசிக்கும் கடைகோடி வாசியையும் விட்டுவைக்காமல் நகர்புறங்களுக்கு நகர்த்திச் சென்றது. அப்படி நகர்ந்ததன் விளைவுகளுள் ஒன்றுதான் அடுக்குமாடி குடியிருப்பு.

அடுக்குமாடி குடியிருப்பு என்ற ஒன்று மட்டும் இல்லாமல் இருந்திருந்தால் நகர்புறங்களில் வசிப்பவர்களில் பாதிப்பேர்

வாடகை வீடுகளில்தான் கடைசிவரை காலம் தள்ளியிருப்பார்கள். ஆரம்பத்தில் அடுக்குமாடி குடியிருப்புகள் என்பது அநேகம் பேருக்கு அசௌகரியமானதாகத்தான் இருந்தது. பிரைவசி என்ற ஒன்றை வேரறுத்தது, அடுக்குமாடிக் குடியிருப்புகள்தான் என்றாலும் நகர்ப்புறங்களில் பெரும்பாலானோர் அடுக்குமாடி குடியிருப்பைத்தான் விரும்புகின்றனர்.

அடுக்குமாடிக் குடியிருப்புகள் பெருகத் தொடங்கியதும் அதனை நெறிப்படுத்தும் சட்டங்களும் வடிவெடுத்தன. அடுக்குமாடிக் குடியிருப்பு உரிமையாளர்கள் சட்டம் 1994 என்ற சட்டம்தான் அடுக்குமாடி குடியிருப்பு உரிமையார்களுக்கான முக்கியமான சட்டமாகும்.

ஐந்து அல்லது ஐந்திற்கும் மேற்பட்ட வீடுகளைக்கொண்ட அபார்ட்மெண்டோ அல்லது மூன்று அல்லது மூன்று மாடிகளுக்கு மேற்பட்டஅடுக்குமாடிக் கட்டடமோ கட்டப்பட்டு அதில் ஒரு வீட்டை நீங்கள் வாங்கியிருந்தால் மேற்குறிப்பிட்ட சட்டம் உங்களுக்குப் பொருந்தும்.

தனியாக நானொரு வீட்டைக் கட்டுகிறேன், அங்கு வராத சட்டம் அபார்ட்மெண்டில் வீடுவாங்கும்போது வருகிறதே என்ற சந்தேகம் உங்களுக்குத் தோன்றுவதில் வியப்பேதுமில்லை. ஒரே சொத்திற்கு ஒன்றிற்கும் மேற்பட்டபலர் உரிமையாளராக வடிவெடுக்கும் போது அங்கு எழும் பிரச்னைகளைத் தீர்க்க அவர்களுக்கான சட்டம் அவசியமாகிறது.

சென்னையைப் பொறுத்தவரை தனி வீடு என்பது நடுத்தர வர்க்கத்தினரால் நினைத்துக்கூடப் பார்க்கமுடியாதது. அதனால் காலம் முழுவதும் வாடகை வீட்டில் குடியிருந்து வாழ்நாளை ஒப்பேற்றுவதைவிடத் துணிந்து கையிருப்பை முன்பணமாகச் செலுத்தி அடுக்குமாடிக் குடியிருப்பில் ஒரு வீட்டையும் முன்பதிவு செய்து விடுகின்றனர். பில்டர்கள், வீடு கட்டிமுடிக்கப்பட்டு இரண்டு வருடத்தில் உங்களிடம் ஒப்படைக்கிறோம் என்று உறுதி மொழியோடு தவணை முறையில் பணத்தையும் செலுத்தச் சொல்லுவார்கள். அதே நேரம் கடனாக வாங்கிய பணத்துக்கு வீடு வாங்கும் முன்னரே வட்டி பணத்தை நீங்கள் வங்கியில் கட்ட வேண்டியிருக்கும்.

இரண்டு வருட அவகாசம் கேட்டு மூன்று வருடங்கள் கடந்த நிலையிலும் கட்டடத்தின் பணி நிறைவடையவில்லை என்றால்

எங்கே சென்று முறையிடுவீர்கள். அங்குதான் இந்தச் சட்டம் வந்து நிற்கிறது.

அடுக்குமாடிக் குடியிருப்பை வடிவமைக்கும் பில்டர்கள், ஒரு கமிட்டி அல்லது அசோஸியேஷனை உருவாக்க வேண்டும்.

அந்த அசோஸியேஷனை தமிழ்நாடு சொசைட்டி சட்ட விதிப்படி பதிவு செய்திருக்க வேண்டும்.

பில்டர் மற்றும் வீட்டு உரிமையாளர் இருவருக்குமிடையே ஒப்பந்தப் பத்திரம் கையெழுத்தாகும்.

அசோஸியேஷனின் துணை விதிகள் உருவாக்கப்படும். அதனை - Bye-law என்பார்கள்.துணைவிதிகளில் கூறப்பட்டிருக்கும் அனைத்துக் கோட்பாடுகளும் இருதரப்பையும் கட்டுப்படுத்தும்.

அடுக்குமாடிக் குடியிருப்பில் வீடு வாங்கும் ஒப்பந்தப் பத்திரத்தில் கையெழுத்திடும் முன்பு:

குடியிருப்பு அமைந்துள்ள நிலம் எத்தகையது என்பதை அறிதல் அவசியம்.

உங்களுக்கு வரவேற்பளிக்கும் விளம்பரப் பலகையைக் கண்டு வியந்துவிட வேண்டாம். விளம்பரப் பலகைக்கு இணையாக மிக ஜோராக வரவேற்பு கொடுத்து சுண்டியிழுக்கும் வார்த்தை ஜாலத்தோடு நம்மருகே ஒருவர் வருவார். அவர் விற்பனைப் பிரிவைச் சேர்ந்தவர். கையில் வண்ணக் காகிதங்களை அடுக்கி வைத்திருப்பார். அதை நம் கையில் திணித்துவிட்டு நம்மை வாய்திறக்க விடாமல் குடியிருப்பின் புகழை அடுக்கி வைப்பார்.

ஒரு கிலோ மீட்டர் தூரத்தில் பேருந்து நிலையம், நடந்து போகும் தூரத்தில் கல்லூரி, பதினைந்து நிமிட பயணத்தில் விமானநிலையம், பத்தடி தூரத்தில் மார்க்கெட் என்று ஏதோ பளிங்கு மாளிகைக்குள் நுழைந்து விட்ட பிரமிப்பை நம்மிடம் திணித்துவிட்டு நகர்வார். வீட்டின் அமைப்பை வேடிக்கை பார்க்கச் சென்றவர்களை விடாமல் விரட்டி விரட்டித் தொடர்வார் விற்பனையாளர்.

நீர் தேங்கி நின்ற ஏரியை திருட்டு மணல்கொண்டு மூடி விட்டு, அதன் மீது பல அடுக்கு மாடிகளாக வடிவெடுத்திருக்கும் அடுக்கு மாடி வீடுகளில் ஒரு வீட்டை நீங்கள் வாங்குபவராக இருந்தால், ஏரியில் கட்டப்பட்ட கட்டடம் இடிந்து விழுந்தால் அதற்கான

நஷ்டத்தையும் உயிர்சேதத்தையும் யார் ஈடு செய்வார்கள். அதனால் கட்டடம் அமைந்திருக்கும்நிலம் பற்றிய விவரம்அறிந்துகொள்ள வேண்டியது மிகவும் கட்டாயம். ஏரியில் கட்டடம் கட்ட லஞ்சம் கொடுத்து அலுவலர்களை சரிக்கட்டி இருப்பார்கள் அப்படி இருக்கையில் அனுமதி வாங்கிய கட்டடமாக இருந்தாலும் பயன் இருக்கப்போவதில்லை என்பது உண்மைதான்.

உங்களுக்கு விற்கப்பட்ட கட்டடத்தின் முழு உரிமையாளர் நீங்கள்தான். நீங்கள் பத்திரப்பதிவு செய்து வாங்கியிருக்கும் அந்த வீட்டை உங்கள் விருப்பப்படிவிற்கலாம், வேறொருவர் பெயருக்கு உரிமை மாற்றம் செய்துகொடுக்கலாம், குத்தகைக்கு விடலாம், வாடகைக்குக் கொடுக்கலாம். எது வேண்டுமானாலும் செய்ய உங்களுக்குப் பூரண சுதந்திரம், அதிகாரம் உண்டு.

இந்த அடுக்குமாடி சொசைட்டியின் பொதுப் பயன்பாட்டிற்காக விடப்பட்டிருக்கும் பிரிக்கப்படாத பங்கு, அந்த சொசைட்டியில் வீடு வாங்கியிருக்கும் அனைவருக்கும் உரிமையானதாகும்.

பொது இடம் என்பது என்ன:

அடித்தளம், உத்திரம், தூண், குடியிருப்புக்கு காம்பௌண்ட் சுவர், வீட்டுக்கூரை, நடைக்கூடம், வரவேற்பு கூடம், படிக்கட்டு, படிக்கட்டு வழி, மேல்தளம், கட்டடத்தின் நுழைவாயில் மற்றும் வெளியேறும் வாயில், தீக்காப்பு மீட்பு வழி, கழிவுநீர் சேகரிக்கும் பள்ளம், நிலவறை, காப்பறை, பூங்கா, வாகனம் நிறுத்துமிடம், சேமிப்பு கிடங்கு போன்றவை பொது இடங்களாகும்.

பில்டர் அல்லது அசோஸியேஷன் குழுவானது பராமரிப்பு அல்லது பாதுகாப்புக்காக ஒருவரை வேலைக்கு நியமித்தால் அந்த நபரும் அந்தக் குடியிருப்பில் வசிக்கும் அனைவருக்கும் பொதுவானவர்.

தண்ணீர் விநியோகம், கழிவு நீர் வெளியேற்றம், குடியிருப்போர் புழங்கும் இடத்தில் பொதுவான இடத்தில் இருக்கும் மின்சார இணைப்பு, ஏசி, மின்விசிறி, மின்விளக்கு, தண்ணீர் பம்பு, மோட்டார், குடிநீர்த்தொட்டி, தீ விபத்திலிருந்து பாதுகாக்கும் கருவி போன்றவைகள் பொதுவானதாகும்..

பொதுப் பயன்பாடான அசையும் மற்றும் அசையா பொருள்களின் பராமரிப்பு மற்றும் புதிதாக மாற்றுவது என்றாலும் அதற்குண்டான செலவுத்தொகையை அங்கு குடியிருப்போர் அனைவரும் பகிர்ந்து கொள்ளவேண்டும்.

வணிகத்திற்காக ஒதுக்கப்பட்ட கட்டடத்தில் இருந்து வரும் வாடகைத் தொகையை பொதுப் பயன்பாட்டிற்காக பயன்படுத்த வேண்டும்.

கட்டடப் பராமரிப்புக்காக கட்டட உரிமையாளர் மாதந்தோறும் அல்லது வருடந்தோறும் என பராமரிப்புத் தொகையை அங்கு குடியிருக்கும் வீட்டு நபர்களிடம் வசூலித்துக்கொள்வார்.

பராமரிப்புத்தொகையை வசூலித்துவிட்டு, குப்பையோடிருக்கும் வாகன நிறுத்துமிடம், குடிநீர் பற்றாக்குறை பராமரிப்பில் குறைபாடென்றால் அசோஸியேஷனில் முறையிடலாம்.

மரபு வழியில் தனிப்பட்ட சொத்து அல்லது வீடு எப்படி மாற்றம் செய்யமுடியுமோ அதேபோல அடுக்குமாடி குடியிருப்பும் மரபுவழியில் மாற்றுதலுக்குரியது

அபார்ட்மென்ட் உரிமையாளர் அவர் விருப்பதிற்கேற்ற தொழிலை, அவரது அபார்ட்மென்ட்டின் சொசைட்டி மறுப்பு தெரிவித்தால் செய்யமுடியாது.

அபார்ட்மென்ட் சொசைட்டியின் துணைவிதிகள்: Bye-law

அபார்ட்மெண்டின் நிர்வாகம் செயல்படுவதற்கு முக்கிய புள்ளி அதன் துணைவிதிகள் உருவாக்குவதுதான். தகுதி வாய்ந்த அதிகார அமைப்பிடம் இதனுடைய அசல் நகலை சமர்ப்பிக்கவேண்டும். துணைவிதிகளில் திருத்தம் கொண்டுவந்தால் அவற்றையும் அதிகார அமைப்பிடம் தெரியப்படுத்தவேண்டும்.

அபார்ட்மென்ட் துணைவிதிகளில் கீழ்க்காணும் பொருண்மைகள் இடம்பெற்றிருக்கும்:

பொதுப் பயன்பாட்டில் உள்ள இடங்களில் பழுது மற்றும் பராமரிப்புச் செலவினை பகிர்தல் குறித்து, வரவு செலவு கணக்குகளை பராமரிக்கும் புத்தகங்களைப் பராமரிப்பது.

அபார்ட்மென்ட் உரிமையாளர்களின் அசோஸியேஷன் அல்லது சொசைட்டி அபார்ட்மென்ட் உரிமையாளர்கள் பங்கேற்கும் பொதுக்கூட்டம் அவற்றில் விவாதிக்கப்படும் பொருள், பின்பற்ற வேண்டியவை, பொதுப் பயன்பாட்டுக்காக செலவழிக்கும் தொகையை அபார்ட்மென்ட் உரிமையாளர்களிடமிருந்து வசூலிக்கும் முறை, பொதுப் பராமரிப்புக்காக அமர்த்தப்பட்டிருக்கும் பணி

ஆட்களை நீக்குவது, புது பணியாட்களை சேர்ப்பது, கட்டடத்தின் பாதியை குத்தகைக்கு விடுவது, வணிகத்துக்குப் பயன்படுத்துவது, கட்டடத்தின் காப்பீட்டு திட்டம் குறித்தும் இங்கு விவாதிக்கப்படும்.

எதிர்பாராத தீ விபத்து, வெள்ள சேதம், புயல் இதுபோன்ற இயற்கைச் சீற்றத்தால் கட்டடங்களுக்கு பாதிப்பு வந்தால் அவற்றை இழப்பீடு செய்ய காப்பீடு அத்தியாவசியம். காப்பீடானது சொசைட்டி அல்லது அசோஸியேஷனின் பெயரில் கொடுப்பார்கள்.

குடியிருப்பு உரிமையாளர்கள் சார்பாக அசோஸியேஷன் ஆஜராகும் விஷயங்கள் என்று பல செய்திகளை உள்ளடக்கியது தான் துணை விதி. பை- லா எனப்படும் துணை விதியானது தனிப்பட்ட சட்ட விதிமுறைகள் ஆகும். இது பாராளுமன்றத்தில் இயற்றப்படும் சட்டமல்ல.

சைதாப்பேட்டை அடுக்குமாடி குடியிருப்பு தொடர்பான வழக்கும் சென்னை உயர்நீதிமன்றத்தின் தீர்ப்பும்:

தமிழ்நாடு நகர மற்றும் ஊரக வளர்ச்சி திட்டத்தின்படியும் CMDAவின் அனுமதி பெறப்பட்ட அடுக்குமாடி குடியிருப்பில் மொத்தம் எட்டு வீடுகள். எட்டு வீட்டினருக்கும் பொதுவான வாகன நிறுத்துமிடமும் ஒதுக்கப்பட்டிருந்தது.

கட்டடத்தின் தரைத்தளத்தில் இரண்டு வீடுகள் இருந்தது. அதில் நெம்பர் 'A' என்ற வீட்டை மருத்துவர் ஒருவர் வாங்கியிருந்தார். இந்த எட்டு வீடுகளும் குடியிருப்பு பயன்பாட்டுக்காக என்று CMDAவும் அனுமதி வழங்கியிருந்தது. குடியிருப்புக்காக மட்டும் என்பது குறிப்பிடத்தக்கது.

அந்த 'A' என்ற வீட்டைக் குறித்து இதர குடியிருப்பாளர்களின் வருத்த பதிவுகள்:

குடியிருப்புக்கான பகுதியில் பெருநகர வளர்ச்சிக் குழுமத்தின் முன் அனுமதி பெறாமல், மாநகரங்களில் டெவலப்மென்ட் கண்ட்ரோல் விதி 7 b மற்றும் 8 ஆகிய விதிகளை மீறி அந்தக் குடியிருப்பில் வசிக்கும் மருத்துவர் ஒருவர் கமர்ஷியலாக அவரின் குடியிருப்பை உபயோகப்படுத்துகிறார்.

அவர் ஒரு மருத்துவர் என்பதால் அவரோடு இரண்டு மருத்துவர்களையும் பணியில் அமர்த்தி 24 மணிநேரமும் இயங்கும்

மருத்துவமனையை நடத்தி வருகிறார். ஆம்புலன்ஸ், இசிஜி, ஸ்கேன் போன்ற வசதிகளும் மருத்துவமனையில் உள்ளது. நோயாளிகளுக்கு வைத்தியம் செய்யும் அனைத்து வசதிகளும் ஒரே இடத்தில் கிடைப்பதால் நோயாளிகளின் வரத்தும் அதிகரித்தது. வைத்தியத்திற்காக உபயோகப்படுத்தும் மருத்துவக்கழிவுகளை வெளியே வீசுவதால் சுற்றுப்புற சுகாதாரத்துக்கும் சீர்க்கேடு. (bio-waste) மற்றும் இதர குடியிருப்பாளர்களுக்குத் தொல்லை.

அருகில் இருப்பவர்களுக்கு வெகு சீக்கிரம் பரவக்கூடிய நாள்பட்ட தொற்றும் வியாதியுடைய நோயாளிகளின் வருகை அங்கு குடியிருப்பவர்களின் சுகாதாரத்துக்கு வேட்டு வைக்கும். தினமும் நூற்று ஐம்பதிலிருந்து இருநூறு பேர் வரை குடியிருப்பு வளாகத்தில் கூடுகிறார்கள். அதனால் தொல்லை மட்டுமல்லாது உடல்நலச் சீர்கேடும் ஏற்படும் அபாயம் உள்ளது.

கன்சல்டிங் என்னும் மருத்துவ ஆலோசனைக்கூடம் மட்டும்தான் நடத்துகிறோம் என்று கூறுகிறார்கள். ஆனால் அங்கு மருத்துவமனையே இயங்குகிறது. மருத்துவம் செய்யப் பயன்படுத்தும் உபகரணங்கள், பயன்படுத்தப்பட்ட ஊசி, ரத்தம் துடைத்த பஞ்சு ஆகியவற்றை வெளிப்புறமாக கட்டட வளாகத்துக்குள்ளே ஒதுக்குவதால், இந்திய அரசியலமைப்பு சாசனம் ஷரத்து 21 உறுதிப் படுத்தும் வாழ்வதற்கான உரிமை என்ற சாரமே மருத்துவரின் செய்கையால் அடிப்பட்டுப் போகிறது. மருத்துவரின் வீட்டின் முன்பு தொங்கவிடப்பட்டிருக்கும் பலகையின் மூலம் அவர் ஆங்கில மருத்துவம் மட்டுமல்லாமல் ஆயுர்வேதம் மற்றும் அக்குபஞ்சர் ஆகிய மருத்துவமும் செய்கிறார்.

தமிழ்நாடு அடுக்குமாடி குடியிருப்பு உரிமையாளர்கள் சட்டம் 1994ன் படிஅந்த மருத்துவர் அடுக்குமாடி குடியிருப்பில் குடியிருக்கும் நபர்களின் ஒப்புதலை வாங்கியிருக்க வேண்டும். குடியிருப்போர் அனைவருமே இருபத்து நான்கு மணிநேரமும் இயங்கும் மருத்துவமனையை எதிர்க்கின்றனர்.

எந்தவிதப் பாதுகாப்பு முன்னெச்சரிக்கைஏற்பாடும் எடுக்காமல் குடியிருப்புக் கட்டடத்தில் வணிக மயமாக்கி சுற்றுப்புற சுகாதாரத்துக்கும் அங்கு வசிப்பவர்களுக்கும் இடையூறு செய்யும் நெம்பர் 'A' வீட்டின் உரிமையாளருக்கு இதர குடியிருப்பாளர்கள் நோட்டீஸ் அனுப்பினர். அதன் பிறகு மருத்துவமனையை காலி செய்ய உத்தரவிடும்படி அரசு சார்ந்த அலுவலர்களுக்கு ஆணை

பிறப்பிக்க மனுதாரர்கள் சென்னை உயர்நீதிமன்றத்தில் ரிட் வழக்கு தொடர்ந்தனர்.

எண் 'A' வில் வசிக்கும் மருத்துவர் அவர் தரப்பு வாதத்தை முன்வைத்தார்.

அதாவது மருத்துவ தொழில் என்பது உயிர்காக்கும் பணி. அவர் ஓர் மருத்துவர் என்பதால் கன்சல்டிங் வழங்க அவரது வீட்டில் ஓர் அறையைப் பயன்படுத்தியதாகவும், பெருநகர வளர்ச்சிக்குழும விதிகளிலேயே வீட்டில் ஏதாவது ஓர் அறை நாற்பது சதுர மீட்டர் அளவுக்கு மிகாத அறையை கன்சல்டிங்குக்காக பயன்படுத்திக் கொள்ளலாம், அதற்கு முன் அனுமதி பெற வேண்டும் என்ற அவசியமில்லை என்று கூறப்பட்டிருக்கிறது.

தவிர, மனிதர்களுக்கு நோய் அறிவித்துவிட்டு வருவதில்லை. அவசரத் தேவை என்று இரவில் வருபவர்களுக்கும் சிகிச்சை அளிக்க வேண்டியிருப்பதால் இன்னொருவர் துணையும் தேவை இருந்ததால் வேறொரு மருத்துவரையும் பணியில் அமர்த்தி உள்ளேன்.

வழக்கில் கூறப்படும் அடுக்குமாடி குடியிருப்புக்கு அனுமதி கொடுத்தது பெருநகர வளர்ச்சிக்குழுமம் என்ற அடிப்படையில் அவர்களும் வழக்கில் சேர்க்கப்பட்டனர். அந்த வீடு குடியிருப்புக் காக மட்டுமே அனுமதி வழங்கப்பட்டிருக்கிறது என்பது தெளிவானது. Assistant planner and Enforcement cell பிரிவினர் ஆய்வு மேற்கொண்டபோது அங்கு கிளினிக் நடத்துவதற்கான அறிகுறிகள் இல்லை. அதோடு 'A' வீடு பூட்டப்பட்டிருந்தது.

குடியிருப்பாளர்கள் ரிட் வழக்கை உயர்நீதிமன்றத்தில் தாக்கல் செய்த உடனேயே மருத்துவர் மருத்துவமனையை வேறொரு இடத்திற்கு மாற்றம் செய்துவிட்டார் என்று மற்ற குடியிருப்பு வாசிகள் தெரிவித்தனர்.

வீட்டின் ஓர் அறையை புரபஷனல் கன்சல்டிங்குக்காக பயன் படுத்தலாம் என்று இருந்தாலும் அதற்கான அனுமதியை பெருநகர வளர்ச்சிக்குழும அலுவலகத்தில் பெறவேண்டும். புரபஷனல் கன்சல்டிங் செய்யலாம் என்றாலும் கிளினிக், மருந்தகம், மருத்துவமனை போன்றவற்றை நடத்த பெருநகர வளர்ச்சிக்குழும அலுவலகத்தில் சிறப்பு ஒப்புதல் பெறவேண்டும் என்றும் தெளிவுபடுத்தப்பட்டுள்ளது.

வீட்டு எண் A வில் வசிக்கும் மருத்துவர், அந்த வீட்டை குடியிருக்க மட்டுமே பயன்படுத்த முடியும். அதைத்தவிர இதர வேலை களுக்காக அதைப் பயன்படுத்த முடியாது. பெருநகர வளர்ச்சிக் குழும மற்றும் தமிழ்நாடு ஊரக மற்றும் நகர வளர்ச்சி சட்டப்படியும் மருத்துவர் உரிய அலுவலரிடம் அனுமதி பெற்ற பின்னரே கன்சல்டிங் அறையாகவோ அல்லது கிளினிக்கல் அறையாகவோ மாற்ற முடியும் என்று தீர்ப்பானது.

கமர்ஷியல் கட்டடங்களை விலைக்கு வாங்குவது என்பது குதிரைக் கொம்பு. வாடகைக்கு எடுத்தாலோ அட்வான்ஸ் தொகை, வாடகைப் பணம் என்று பெரும் தொகையை ஒதுக்கவேண்டும். வணிகத்துக் கான மின்சார கட்டணமும் தனி சுமை. அதனால் குடியிருப்பு கட்டடத்தை வாங்கி குடியிருப்புக்காகப் பயன்படுத்தாமல் அதை பலர் வணிகத்துக்காகப் பயன்படுத்துகிறார்கள். தையல் பள்ளி, அழகு நிலையம், ஆடை விற்பனை என்று யாருக்கும் தொந்தரவு இல்லாமல் சத்தமில்லாமல் செய்பவர்களை யாரும் கண்டுகொள்வ தில்லை. ஆனால் குடியிருப்போர் வாழ்வதற்கு தொந்தரவு, சுகாதாரத்துக்கு சீர்கேடு என்னும்போதுதான் அவர்கள் நீதிமன்றத்தை நாடுகின்றனர்.

வரைமுறையற்ற கட்டடங்களை வரைமுறைப்படுத்தும் சட்டம் 1999

சட்டத்திற்குப் புறம்பாக,புறம்போக்கு இடங்களை ஆக்கிரமித்து எழுப்பப்பட்டிருக்கும் கட்டடங்கள், ஏரிகளை மூடி விற்பனை செய்யப்பட்ட பிளாட்டுகள் போன்றவற்றைக் கண்டறிந்து அவற்றை அகற்றவேண்டும் என்பதுதான் இந்த 'வரைமுறையற்ற கட்டடங்களை வரைமுறைப்படுத்தும் சட்டம் 1999'ன் நோக்கம். சட்ட விதிகளுக்கு புறம்பாக சென்னை மௌலிவாக்கத்தில் கட்டி முடிக்கப்படாமல் கட்டுமானப் பணியிலிருந்த அடுக்குமாடி குடியிருப்பு தரையோடு வந்து விழுந்ததால் அறுபத்தியொரு கூலித்தொழிலாளிகளை காவு வாங்கியது அந்தக் கட்டடம். பெருநகரங்களின் சந்துபொந்துகளில்கூட மௌலிவாக்க கட்டடங்கள் மறைந்திருக்கின்றன. சட்டமும் அவற்றை நடைமுறைப்படுத்தும் அதிகாரிகளும் முறையின்றிக் கட்டப்பட்ட கட்டடங்களை விரைவில் அடையாளம் கண்டு அகற்றினால் உயிர்சேதங்கள் தவிர்க்கப்படும்.

6

அடுக்குமாடிக் குடியிருப்பில் சந்தேகங்கள்

அடுக்குமாடி குடியிருப்புக்கு பட்டா வாங்க முடியுமா?

குடியிருப்போர் மீது அசோஸியேஷனில் புகார் கொடுக்கலாம்? அசோஸியேஷனே அட்ராசிட்டியில் இறங்கினால் யாரிடம் முறையிடுவது?

நிலமோ, பிளாட்டோ அவற்றின் உரிமையாளர் யார் என்பதைத் தீர்மானிக்கும் சட்டப்படியான ஆவணங்களில் பட்டா மிக முக்கியமானது. நிலத்தின் உரிமையை இன்னொருவருக்கு மாற்றிக் கொடுக்கும் ஆவணம் பட்டா. அடுக்குமாடி குடியிருப்பில் வீடு வாங்கும்போது பட்டா கொடுக்கமாட்டார்கள்.

வீட்டின் நிலம் ஒருவர் பெயரில் இருக்கும். ஒரு குறிப்பிட்ட நிலத்தில் பத்து குடியிருப்புகள் கட்டப்பட்டிருந்தால் ஒரே நிலத்தின் உரிமையை பத்து பேருக்கும் மாற்றித்தர இயலுமா. தனி நபர் ஒருவர் நிலத்தை வாங்கும்போது பட்டா சிட்டா அடங்கல் என்று எல்லாவற்றையும் விற்பனை செய்பவரிடமிருந்து கேட்டுப் பெறலாம். அபார்ட்மெண்டில் வீடு வாங்கும்போது UDC என்னும் பிரிக்கப்படாத பங்குதான் அபார்ட்மெண்டில் இருக்கும். வாங்கிய சொத்தின் உரிமையை நிலைநாட்டும் முக்கிய ஆவணம் பட்டா என்னும்போது அபார்ட்மெண்டில் வீடு வாங்கும் நபருக்கு பட்டா கொடுக்க மாட்டார்களே. சார்பதிவாளர் அலுவலகத்தில் விற்பனைப்

பத்திரத்தை பதிவு செய்த பிறகும் வாங்கிய சொத்துக்கு சட்டப்படியான வாரிசுதாரர் ஆகமுடியாதா என பலதரப்பு சந்தேகங்கள் அபார்ட்மென்ட் குடியிருப்பாளர்களிடமிருந்து முன்வைக்கப்படுகின்றது.

அபார்ட்மென்ட்டில் வீடு அல்லது பிளாட்டுகளில் வீடு வாங்கினால் இங்குஉரிமையை நிலைநாட்டும் ஆவணங்களில் ஒன்றாக பட்டா அவசியப்படுவதில்லை. அபார்ட்மென்ட் உரிமையாளர்கள் விரும்பினால் வட்டாட்சியர் அலுவலகத்தில் விண்ணப்பித்து கூட்டுப்பட்டா பெற்றுக்கொள்ளலாம்.

குறிப்பிட்ட பிளாட்டில் ஆறு அல்லது ஏழு குடியிருப்பாளர்கள் இருந்தால் அவர்கள் தனித்தனியாக பட்டாவுக்கு விண்ணப்பிக்கலாம். நிலத்தின் சர்வே எண் 10/1 என்ற நிலத்தில் கட்டப்பட்ட பிளாட்டில் மொத்தம் ஆறு பிளாட் இருக்கிறதென்றால் அவர்களுக்கு 10/1A, 10/1B, 10/1C, 10/1D, 10/1E, 10/1F என்று பிளாட் உரிமையாளர்கள் ஒவ்வொருவருக்கும் பட்டா தனித்தனியாக விநியோகிப்பார்கள்.

இந்தியாவின் முக்கிய நகரங்களில் அடுக்குமாடிக் கட்டடங்கள்தான் அடுக்கிவைக்கப்பட்டிருக்கின்றன. இத்தகைய நவீன குடியிருப்பு பயணம் மினி நகரங்களை நோக்கியும் நகர்ந்துவிட்டது. அதனால் அடுக்குமாடி குடியிருப்புகளின் சௌகரியங்கள், அசௌகரியங்கள் பட்டியல் நீண்டுகொண்டே செல்லும்.

அபார்ட்மெண்டில் வீடு வாங்கி பதிவு செய்த அன்றிலிருந்தே அந்த நபர் அபார்ட்மெண்ட் குடியிருப்பாளர் உரிமைகள் சட்டத்தின் வளையத்துக்குள் வந்துவிடுவார். அதோடு அபார்ட்மெண்ட் அசோஸியேஷனின் துணை விதியும் அவருக்கு துணை நிற்கும்.தனி பங்களாவில் வசிக்கும் ஒருவரின் எதிர் வீட்டில் வசிப்பவர் தொலைக்காட்சியில் பாடலை வேகமாக ஒலிக்கவிட்டு அருகே வசிப்போருக்கு இடைஞ்சலைக் கொடுத்து மனநிம்மதியைக் கெடுக்கிறார்கள் என்றால் அதைப்பற்றி காவல் நிலையத்தில்தான் புகார் அளிக்க முடியும். ஆனால் இங்கு அதற்கு அவசியமில்லை. காவல்நிலையம் வரை சென்று எதிர்வீட்டுக்காரரை கிரிமினல் குற்றவாளியாக வடிவமைக்கத் தேவையில்லை. காவல் நிலையம் செல்வதா? சிறு புள்ளியான விவகாரம் விஸ்வரூபம் எடுத்துவிடுமே என்ற கவலையிலேயே பாதி பேர் சகித்துக்கொள்ள பழகிக் கொள்வார்கள். ஆனால் அடுக்குமாடி குடியிருப்பைப் பொறுத்த வரை இங்கு நிலைமை வேறு.

அபார்ட்மெண்டில் வசிக்கும் உரிமையாளர் அல்லது வாடகைதாரர் குத்தகைதாரர் யாராக இருந்தாலும் அவர்களை அபார்ட்மெண்ட் சொசைட்டியின் துணைவிதிகள் கட்டுப்படுத்தும். விதிக்குப் புறம்பான காரியங்களைச் செய்பவர்களைப்பற்றி அசோஸியேஷனில் புகார் கொடுக்கலாம். அவர்கள் புகார்களை விசாரித்து தக்க தீர்வினை அளிப்பார்கள்.

காஸ்மோ டவர்ஸ் அசோஸியேஷன் ரிட் வழக்கு சென்னை உயர்நீதிமன்றம்

சென்னை தியாகராயநகரில் அமைந்துள்ளது காஸ்மோ டவர்ஸ். அதன் அசோஸியேஷனில் முப்பது உறுப்பினர்கள் இருக்கின்றனர். காஸ்மோ டவர்ஸில் சரிதா என்பவரும் வருண் என்பவரும் பிளாட் வாங்கியிருந்தார்கள் (பெயர் மாற்றப்பட்டுள்ளது). அவர்கள் இருவரும் அசோஸியேஷனின் துணை விதிக்குப் புறம்பாக குடியிருப்பு கட்டடத்தை கமர்ஷியல் நடவடிக்கைகளுக்கு பயன் படுத்துகிறார்கள் என்று அசோஸியேஷன் நிர்வாகம் அவர்களைக் கண்டித்தது. அசோஸியேஷனில் உறுப்பினர்களாக அவர்களைச் சேர்த்துக்கொள்ள மறுத்தது. குடியிருப்பு உரிமையாளர் சட்டப்படி, தான் விதிகளை மீறவில்லை என்று சரிதா தெளிவுபடுத்தினார். ஆனாலும் இது தொடர்பாக அசோஸியேஷன் சார்பில் நீதிமன்றத்தில் வழக்குத் தொடர்ந்தனர். இந்த வழக்கு நிலுவையில் இருந்தது.

அருண், சரிதா ஆகிய இருவருக்கும் அசோஸியேஷனுக்கும் இடையே ஓர் அமைதிப்போர் நீடிக்கும் வேளையில், சரிதா சங்கத்தில் உறுப்பினராக சேர்க்க கோரிக்கைவிடுத்தும் சங்கம் அதை ஏற்றுக்கொள்ள முன்வரவில்லை. அவர் கமர்ஷியலாக கட்டடத்தை உபயோகிக்கிறார் என்ற ஒரே கோட்டை பிடித்துக்கொண்டு சரிதாவின் வீட்டுக்கு குடிநீர் விநியோகத்தை நிறுத்தியது. அடுக்கு மாடி குடியிருப்பில் வசிக்கும் உரிமையாளர்களுக்கு என்னென்ன உரிமைகள் என்று ஒரு பட்டியலே இருக்கும்போது குடிநீர் என்பது அத்தியாவசியம். சரிதாவின் உரிமையை சங்கம் எவ்வாறு தடுக்கமுடியும்.

குடிநீர் வராமல் கஷ்டப்பட்ட சரிதா காஸ்மோ டவர்ஸ் சங்கத்தின் மீது காவல்நிலையத்தில் புகார் கொடுத்தார். அவரது அடிப்படை உரிமைகளை மதிக்கவேண்டும். குடிநீர் விநியோகத்தைத் தடை செய்தது ஏற்கமுடியாது என்று அவர்களை எச்சரித்து சரிதாவின் உரிமைகளில் சுதந்திரத்தில் தலையிடவேண்டாம் என்று

காவல்துறையும் தெரிவித்தது.ஆனாலும் அவரது வீட்டுக்கு வரும் குடிநீரை தடுத்து வைப்பது தொடர்ந்தது. சரிதா சங்கத்தின் செயலை மாநகராட்சி குடிநீர் வாரியத்துக்குத் தெரிவித்தார். அவர்களும் சங்கத்திற்கு கடிதம் எழுதி சரிதாவின் வீட்டுக்கு நீர் விநியோகத்தைத் தடைசெய்யக் கூடாது என்றனர்.

சரிதா குடிநீர் மற்றும் கழிவு நீர் சுத்திகரிப்பு ஆகியவற்றுக்கான வரியை தவறாமல் செலுத்தியுள்ளார். அதில் எந்தப் பாக்கியும் இல்லை. சரிதா மற்றும் அருண் ஆகிய இரு வீட்டினருக்கும் தண்டனையாக அசோஸியேஷன் அவர்கள் வீட்டுக்குச் செல்லும் குடிநீரை நிறுத்தி ஆட்டம் காண்பித்த அதே வேளையில், அபார்ட்மென்ட் குடியிருப்பாளர்கள் அத்தனைப் பேருக்கும் சரிதா, வருண் ஆகிய இருவரின் மூலமும் வேறொரு சிக்கல் வந்து சேர்ந்தது.

குடிநீர் தங்களுக்கு வழங்கப்படாமல் நிறுத்தப்பட்டதால் வருண் மற்றும் சரிதா ஆகிய இருவரும் குடிநீர் மற்றும் கழிவு நீர் வரியை மாநகராட்சியில் செலுத்தவில்லை. அதனால் காஸ்மோ டவர் முழுவதற்கும் குடிநீர் விநியோகம் மற்றும் கழிவு நீர் சுத்திகரிப்பு ஆகியவற்றை நிறுத்திவிடுவோம் என்றுமாநகராட்சி எச்சரித்தது. அதனால் காஸ்மோ டவர்ஸ் அசோஸியேஷன் சென்னை உயர் நீதிமன்றத்தில் ரிட் வழக்குத் தொடர்ந்தனர். ‘சட்ட விரோதமாக அசோஸியேஷனின் விதிக்குப் புறம்பாக நடந்துகொண்டு வேறெங்கோ வசித்துக்கொண்டு காஸ்மோ டவர் வீட்டை கமர்ஷியல் உபயோகத்திற்காகப் பயன்படுத்தும் வருண், சரிதா இருவரும் எங்கள் காஸ்மோ டவர்ஸ் சங்கத்தின் உறுப்பினர்களே இல்லை. அதனால் அவர்கள் குடிநீர் வரி கழிவுநீர் வரி கட்டாததால் மொத்த கட்டடத்துக்கும் விநியோகத்தை நிறுத்துவது முறையல்ல’ என்று காஸ்மோ குடியிருப்புச் சங்கத்தினர் நீதிமன்றத்தில் தங்களின் கருத்துக்களை பதிவு செய்தனர்.

குடிநீர் மற்றும் கழிவுநீரகற்று சட்டம் 1978பிரிவு 49 ல் குடிநீர் மற்றும் கழிவுநீர் வரி கட்டணம் ஆகியவற்றை இச்சட்ட விதிப்படி நுகர்வோர்கள் தவறாமல் செலுத்தவேண்டும். அபார்ட்மெண்டில் குடியிருப்பவர்களில் யாரேனும் ஒருவர் செலுத்தாவிட்டாலும், மொத்த குடியிருப்புக்கும் விநியோகம் நிறுத்தப்படும். குடியிருப்பு சங்கத்தினர் தனிப்பட்ட நபர்கள் குடிநீர் வரியோ அல்லது கட்டணமோ செலுத்தாதபோது அவர்கள் சார்பாக சங்கம்

வாரியத்திடம் செலுத்திவிட்டு உறுப்பினர்களிடம் வசூலித்துக் கொள்ளலாம். ஆனால் காஸ்மோ டவர்ஸ் சங்கத்தினர் அவ்வாறு செய்யவில்லை. வருண், சரிதா இருவரும் சங்கத்தின் உறுப்பினர்கள் இல்லை என்று மெத்தனமாக இருந்துவிட்டனர்.

அபார்ட்மென்ட் குடியிருப்பாளர்கள் உரிமைச்சட்டத்தில் குடியிருப்பின் பொது பயன்பாட்டுக்குரிய பகுதிகளில் அவர்களின் உரிமைகளைப் பற்றித் தெளிவாக விளக்கி உள்ளது. குடியிருப்பு கட்டடத்தில் அவர்கள் கமர்ஷியல் நடவடிக்கைகளை மேற்கொள்கிறார்கள் என்றால் அதற்கு அவர்களை விசாரித்து அதற்கான நடவடிக்கைகளை எடுக்க வேண்டும். அதைத் தவிர்த்து, அவர்களை சங்கத்தின் உறுப்பினர்களாகவே சேர்த்துக்கொள்ள மாட்டோம் என்பது சட்டவிதிகளை மீறும் செயல்.

அடுக்குமாடி குடியிருப்பின் தண்ணீர் தொட்டிக்குள் வரும் மாநகராட்சி குடிநீரை, சரிதாவின் வீட்டுக்கு விநியோகிக்காமல் நிறுத்தி வைத்தது சட்ட மீறல். சரிதாவிடம் கட்டணம் கட்ட வேண்டும் என்று நிபந்தனை விதிக்கலாம். ஆனால் அவரின் அனுபோகத்தைத் தடுக்க முடியாது. குடிநீர் மற்றும் கழிவுநீர் அகற்றுவதற்கான கட்டணத்தையும் சரிதா செலுத்தியிருக்கிறார். அதனால் சரிதாவின் வீட்டுக்கு விநியோகமாகும் குடிநீரை காஸ்மோ சங்கம் தடுத்து வைத்தது தவறு. வருண் என்பவர் கட்டணத்தைச் செலுத்தாதபோது அவரிடமிருந்து சங்கம் வசூலித்திருக்க வேண்டும்.

மாநகராட்சி குடிநீர் மற்றும் கழிவுநீரகற்று சட்டம் பிரிவு 42ல் குடிநீர் விநியோகம் தொடர்பான விளக்கங்களை தெரிந்துகொள்ளலாம். அதே சட்டத்தில் பிரிவு 49ல் குடிநீர், கழிவு நீரகற்று வரி மற்றும் கட்டணத்தை மாநகராட்சி அறிவித்த கடைசி தேதிக்குள் செலுத்தா விட்டால் குடியிருப்பாளர்கள் மீது நடவடிக்கை எடுக்க மாநகராட்சியின் குடிநீர் வாரியத்திற்கு அதிகாரம் உள்ளது என்று காஸ்மோ குடியிருப்பாளர்கள் சங்கம் தொடுத்த ரிட் வழக்கை நீதிமன்றம் தள்ளுபடி செய்தது.

காஸ்மோ சங்கம் சரிதாவின் வீட்டுக்கு விநியோகமாகும் குடிநீரை தடுத்தது சட்டப்படி குற்றம். ஏனெனில் அடுக்குமாடி குடியிருப்பு உரிமையாளர் சட்டப்படி அங்கே அவருக்கு பாதுகாப்பு கிடைத்தது.

அடுக்குமாடி குடியிருப்பில் வசிக்கும் யாரோ ஒரு வீட்டினர் வரி செலுத்தாததால் மொத்த குடியிருப்பாளர்களுக்கும் குடிநீர்

விநியோகத்தை மாநகராட்சி தடை செய்தது. ஆனால், குடிநீர் வாரியத்தின் இந்த நடவடிக்கை நீதிமன்றத்தால் கண்டிக்கப்பட வில்லை. மாறாக அவர்கள் தங்களது சட்டக் கடமையை நிறைவேற்றினார்கள் என்று தெரிவிக்கப்பட்டது.

ஒரே செயல்தான் - சட்டத்தின் சாராம்சம் வெவ்வேறு.

குடியிருப்பாளர் சங்க விதிப்படி குடியிருக்கும் வீட்டை கமர்ஷியலுக்காக ஒருவர் பயன்படுத்தினால் அதனை சங்கம் கண்டிக்கவேண்டும். அதை விடுத்து, அந்த நபரின் வீட்டுக்குச் செல்லும் குடிநீரை நிறுத்தி வைக்கக் கூடாது. குடிநீர் வாரியத்தில் குடிநீர் மற்றும் கழிவு நீரகற்றுவதற்குண்டான கட்டணத்தை அனைத்து உறுப்பினர்களும் காலக்கெடு முடிவதற்குள் செலுத்த வேண்டும். குடியிருப்போரில் ஒருவர் செலுத்தத் தவறினாலும் அத்தனை வீடுகளுக்கும் குடிநீர் விநியோகிப்பதை நிறுத்தி வைக்க குடிநீர் வாரியத்துக்கு அதிகாரம் உள்ளது.

7

தமிழ்நாடு, சொத்து உரிமையாளர்கள், வாடகைதாரர்கள் உரிமைகள் மற்றும் பொறுப்புகள் முறைப்படுத்துதல் சட்டம் 2017

1960 லேயே வீட்டு வாடகைச் சட்டம் இயற்றப்பட்டுவிட்டது.

பயணத்தின் பரபரப்பில் படிக்கட்டில் நின்றபடியே ட்வீட் செய்து செய்தியை ஒரே நொடியில் உலகம் முழுவதற்கும் தெரியப்படுத்தும் இன்றைய நவீன சந்தையில், ஓலை சுவடியில் எழுதி புறா காலில் கட்டி பறக்கவிடுவது எப்படி என்று விளக்கம் அளித்தால் கடுப்பாவீர்கள் தானே. அதைத்தான் செய்கிறது 1960ல் கொண்டுவந்த சட்டம்.

முதலில் இப்படி ஒரு சட்டம் இருக்கிறது என்பது எத்தனை பேருக்குத் தெரியும் என்பதே விவாதப்பொருள்தான்.

ஐடி பார்க்குகள் சென்னை மாநகரை வந்தடைந்ததும் சோழிங்க நல்லூர் சொர்க்கமானது. வேளச்சேரி அரிதாரம் பூசிக்கொண்டது. பத்து நபர்கள் சேர்ந்துவந்தால் நிற்கக்கூட இடர்பாடான, எழுந்து நின்றால் இடித்துக் கொள்ளும் வீடுகள்கூட நாங்கள் ஐ.டி பூங்காவுக்கு அருகே இருக்கிறோம். அதனால் பதினைந்தாயிரம் வாடகைஎன்று பந்தா செய்கின்றன.

வேலை தேடி நகரை நோக்கி வந்த தமிழகத்து தமிழர்களோடு போட்டி போட்டுக்கொண்டு இப்போது வட இந்தியர்களும் சென்னையை வியாபித்திருக்கின்றனர். வேலையாட்கள் எல்லோருக்கும் நிறுவனங்கள் வீட்டு வாடகையைக் கொடுக்கு மானால் வாடகை முறையைப்பற்றி இங்கு யாரும் வேதனைப்படப் போவதில்லை. மாநகரங்களில் குடியிருக்கும் நடுத்தர குடும்பத்தினர் மனைவியை வேலைக்கு அனுப்புவதே வீட்டு வாடகையை ஈடுகட்டத்தான் என்பது எல்லோரும் அறிந்ததே. பெருநகரங்களில் வீட்டு வாடகை என்பது ஒரு தொழிலாகவே விஸ்வரூபம் எடுத்துவிட்டது. வர்த்தகமாக வடிவெடுத்துவிட்ட வீட்டு வாடகை முறையை ஒழுங்குப்படுத்தி வாடகைதாரர் மற்றும் வீட்டு உரிமையாளரின் உரிமைகளை, சட்டப்படிப் பாதுகாக்க வீட்டு வாடகை சட்ட வரைவு உருவாகியுள்ளது. தமிழ்நாடு, சொத்து உரிமையாளர்கள், வாடகைதாரர்கள் உரிமைகள் மற்றும் பொறுப்புகள் முறைப்படுத்துதல் சட்டம் 2017 என்ற பெயரில் இயற்றப்பட்டுள்ளது.

புது ஆடை வாங்கியவுடன், பண்டிகை வரைகூட காத்திருக்கும் பொறுமையில்லாமல் அதை உடனடியாக உடுத்திப் பார்த்து ரசிக்கவேண்டும் என்ற ஆவல் எழும். அதுபோலத்தான் புதிதாக அறிமுகமாகியிருக்கும் வாடகை சட்டமும். நடைமுறைக்கு வரும் முன்பே இதனது சுவாரஸ்யங்கள் சுண்டியிழுக்கக் காரணம், இந்தச் சட்டம் முன்னெடுத்திருக்கும் சங்கதிகள் அப்படியானவை!

இந்நாள்வரை வாடகைதாரர் அல்லது நில உரிமையாளர்களுக் கிடையே பிரச்னை வெடித்தால் அதைத் தீர்த்து வைக்க உரிமையியல் நீதிமன்றத்தை நோக்கித்தான் ஓடுவார்கள். சிவில் வழக்குகள் பெரும்பாலும் கால அவகாசம் எடுத்துக்கொண்டுதான் நடத்தி முடிக்கப்படும். வாடகை வழக்குகளும் அப்படித்தான் கிடப்பில் கிடத்தப்படும். அதனாலேயே நீதிமன்றத்துக்குச் செல்வதில் பலரும் தயங்கிநின்றனர். ஆனால் அந்தப் பயம் இனி வேண்டாம்.

வாடகைதாரர் மற்றும் நில உரிமையாளர்கள் கையாள என, கைட் லைன் கொடுக்கப்பட்டுள்ளது. புகார்களைப் பெறவும், கட்டட உரிமையாளர் மற்றும் வாடகையாளரை நெறிப்படுத்த அவர்களின் புகார்களை பெற்றுக்கொள்ள வாடகை அதிகாரி நியமிக்கப்படுவார். இவர் மாவட்ட ஆட்சியருக்கு இணையான அதிகாரம் கொண்டவராக இருப்பார். வாடகைச் சட்டத்தின்படி நியமிக்கப்பட்ட

அதிகாரியிடம் புகார்கொடுத்தும் சிக்கல்கள் தீராதபோது அதை வழக்காக பதிவு செய்யலாம்.

வாடகை வழக்குகளை விசாரிக்கவென வாடகை நீதிமன்றங்கள் வரவிருக்கிறது. அதற்கடுத்த நிலையாக மேல்முறையீட்டுக்கு வாடகை தீர்ப்பாயமும் அமைக்கப்படவுள்ளது.

தமிழ்நாடு, சொத்து உரிமையாளர்கள், வாடகைதாரர்கள் உரிமைகள் மற்றும் பொறுப்புகள் முறைப்படுத்துதல் சட்டம் 2017 - எதை முன்மொழிகிறது:

வாடகைதாரரின் உரிமைகள்:

'சிக்கினாண்டா நமக்கொரு அடிமை' என்று வீட்டு உரிமையாளர் அவர் இஷ்டப்படி வாடகையை நிர்ணயிக்கமுடியாது' என்று எடுத்த எடுப்பிலேயே வயிற்றில் புளியைக் கரைக்கிறது வாடகைதாரர்கள் உரிமைகள் மற்றும் பொறுப்புகள் முறைப்படுத்துதல் சட்டம் 2017.

வாடகைதாரர் வீட்டைக் காலி செய்ய வேண்டுமானால் அவ்ர் சட்ட நெறிமுறைகளைப் பின்பற்றாமல் இருக்க வேண்டும். ஒப்பந்தக் கால அவகாசம் முடியும் முன்னர், வீட்டை காலி செய்ய அவகாசமும் கொடுக்காமல் வாடகைதாரரை வெளியேற்ற முடியாது.

- அறிமுகமுள்ளவருக்குத் தானே வீட்டை வாடகைக்கு விட்டிருக்கிறோம்; நமக்குள் எதற்கு ஒப்பந்தப்பத்திரம்? என்று இதுவரை விட்டேத்தியாக விட்டு வைத்திருக்கலாம். இனி அது செல்லாது. வீட்டுக்குச் சொந்தக்காரர் மற்றும் வாடகைக்குக் குடி வரவிருக்கும் இருவரும் வாடகை ஒப்பந்தப் பத்திரம் தயாரித்து இந்தச் சட்டத்தின்படி நியமிக்கப்பட்டுள்ள வாடகை அதிகாரியிடம் தெரிவிக்க வேண்டும்.

- வாடகை அதிகாரியானவர், வாடகைதாரர் மற்றும் உரிமையாளர் கொண்டுவந்த பத்திரத்தைப் பதிவு செய்து அதற்கான பதிவு எண்ணையும் கொடுப்பார்.

- வாடகை ஒப்பந்தப் பத்திரம் இணையத்தில் பதிவு செய்யப்படும்.

- அரசுத் துறைகளுக்கு இணையதளம் இருப்பதைப்போல இதற்கும் பிரத்தியேகமாக இணையத்தளம் உருவாக்கப்படும்.

- சட்டத்தில் கோடிடப்பட்டிருக்கும் பன்னிரண்டு மாத வாடகை என்ற விதியைப் பின்பற்றவேண்டும்.

- வாடகைக் காலம் முடிவடையும் முன்னரே ஒப்பந்தப் பத்திர உடன்பாட்டை புதுப்பிக்கவோ அல்லது புதிதாகத் தயாரிக்கவோ கோரிக்கை விடுக்கவேண்டும். வாடகைப் பணத்தைக் கூட்டுதல், ஒப்பந்தப் பத்திரத்தைப் புதுப்பித்தல், வாடகைதாரரை மாற்றுதல் போன்றவற்றுக்கான கட்டுப்பாடுகளும் இதில் விதிக்கப்பட்டுள்ளன.

- மூன்றுமாத கால வாடகையை மட்டும்தான் வைப்புத் தொகையாகப் பெறமுடியும்.

- பதிவுசெய்யப்பட்ட வாடகை ஒப்பந்தப் பத்திரத்தின் அசலை உரிமையாளர் வாடகைதாரரிடம் கொடுக்கவேண்டும்.

- வாடகை வசூலிக்கப்பட்டதற்கான ரசீது கண்டிப்பாக வழங்கப் பட வேண்டும்

- நில உரிமையாளர் வாடகை பணத்தை வாங்க மறுத்தால் வாடகைதாரர் கட்டணத்தை மணி ஆர்டரில் அனுப்பி வைக்கலாம்.

- கட்டட உரிமையாளர் பெற்றுக்கொள்ள மறுக்கும் வாடகைத் தொகையை வாடகைஅதிகாரியிடம் செலுத்தலாம்.

- வீட்டின் உரிமையாளர் உதாரணத்திற்கு வெளிநாட்டில் வசிப்பவரானால் அவர் வீட்டு வாடகையை வாங்காமல் இருந்து அந்தத் தொகையை வாடகைதாரர் அதிகாரியிடம் வைப்பு வைத்திருந்தால், வாடகைதாரர் செலுத்திய பணத்தை வீட்டின் உரிமையாளர் ஐந்து வருட கால அவகாசத்துக்குள் அதிகாரியிடமிருந்து வசூலித்துக்கொள்ளவேண்டும். இல்லை என்றால் வைப்புத்தொகை அரசாங்கத்தால் பறிமுதல் செய்யப்படும்.

- வாடகைதாரர் வீட்டைக் காலி செய்தால் ஒருமாத காலத்துக்குள் டெபாசிட் தொகையைத் திருப்பிக் கொடுக்கவேண்டும்

- வாடகைத் தொகையை அதிகப்படுத்துவதாக இருந்தால் இரண்டு மாதத்துக்கு முன்பே எழுத்துப் பூர்வமாகத் தெரிவிக்கவேண்டும்.

- குடித்தனக்காரர் வீட்டை காலி செய்வதாக இருந்தால் ஒருமாத கால அவகாசத்தில் தெரிவிக்கவேண்டும்.

- வாடகை காலம் முடிந்த பின்னரோ, ஒப்பந்தக் காலம் நிறை வடைந்த பின்னரோ அல்லது நோட்டீஸ் கொடுத்தும் வீட்டைக் காலி செய்யாதபோது, இழப்பீடாகக் கட்டட உரிமையாளர் ஒரு மாதத்துக்குஇரண்டு மாதவாடகை தொகையை வசூலிக்கலாம்.

- ஒப்புக்கொண்ட வாடகைப் பணத்தைச் செலுத்தாதபோது வீட்டைக் காலி செய்ய வைக்க இயலும்.

குடித்தனக்காரரை காலி செய்ய வைக்க முன்வைக்கப்படும் காரணங்கள்

- கட்டடத்தை இடித்தல், உடைத்தல், சேதம் விளைவித்தல், புதுப்பித்தல் ஆகியவற்றை வாடகைதாரர் மேற்கொண்டால்...

- ஒழுக்ககேடான செயல்களுக்கு வீட்டைப் பயன்படுத்தினால்.

- குடித்தனக்காரர்தொடர்ந்து பல மாதங்கள் வீட்டைப் பூட்டி வைத்திருந்தால் அவரை காலி செய்யச் சொல்லலாம். இந்த விதி மலைவாசத் தலங்களில் வீடு வாடகைக்கு விடுபவர் களுக்குப் பொருந்தாது.

- சொந்தத் தேவைக்காக வீடு தேவை அல்லது வாடகைக்கு இனி விடவேண்டாம் என முடிவெடுத்தால் அதை வாடகைதாரருக்கு மூன்றுமாத காலத்துக்கு முன்பே தெரிவிக்கவேண்டும்.

- கட்டட உரிமையாளர் வாடகைக்குக் கொடுத்திருக்கும் வீட்டில் கூடுதல் கட்டடத்தைக் கட்ட விரும்பினால், கட்டமைப்பை விரிவுபடுத்த விரும்பினால் அதை வாடகைதாரர் தடுக்க முடியாது.

- இருதரப்பின் கோரிக்கைகளை வாடகை அதிகாரியிடம் முன்வைக்கலாம். அவர் விசாரித்து முடிவெடுப்பார்.

- ஒப்பந்தப்பத்திரத்தில் இருதரப்பினரும் சமரசமாக ஒப்புக் கொண்ட நிபந்தனைகளை நிறைவேற்ற வேண்டும். வாடகைதாரர் ஒப்பந்த வாசகத்தை மீறினால் உதாரணமாக, பராமரிப்பு வேலையை செய்துகொடுங்கள் அதற்குண்டான தொகையை நான் கொடுத்து விடுகிறேன் என்று வாடகைதாரர் ஒப்புக் கொண்டு, அதை நம்பி வாடகைக்கு கொடுத்த வீட்டிற்கு உரிமையாளர் செலவு செய்திருந்து வாடகைதாரர் அந்தத் தொகையைக் கொடுக்க மறுத்தால் உரிமையாளர் செலவழித்த பணத்தைப் பிணை வைப்புத்தொகையில் இருந்து கழித்துக் கொள்ளலாம்.

- அதே போல கட்டட உரிமையாளர், 'நான் பழுதை சீர்படுத்திக் கொடுக்கிறேன்' என்று ஒப்புக்கொண்டு, பிறகு உரிமையாளர் மறுத்தால், பழுதைச் சீர்செய்த செலவை வாடகைப் பணத்திலிருந்து கழித்துக்கொள்ளலாம். அப்படிக் கழிக்கப்படும் தொகையானது மாத வாடகையில் பாதி சதவிகிதமாகத்தான் இருக்கவேண்டும்.

- உள்நோக்கம் எதுவுமில்லாமல் எதிர்பாராதவிதமாகவோ அல்லது அஜாக்கிரதையாலோ சொத்திற்குச் சேதம் ஏற்பட்டிருந்தால் அதை உரிமையாளருக்குத் தெரிவிக்கவேண்டும்.

வீட்டின் முன் தேங்கிய தண்ணீரை அகற்றாததால் கொசு கடித்து டெங்கு வரும். கூடவே கட்டடம் பராமரிக்கவில்லை என்று உரிமையாளரும் வருவார். டெங்குக்கு நிலவேம்புக் கஷாயத்தை எடுத்து நீட்டுவதைப்போல அவரிடமும் இந்த சட்ட ஷரத்தை நீட்டலாம். ஏனென்றால்...

- உரிமையாளர், வீட்டைப் பழுதுபார்க்கவோ அல்லது வீட்டைச் சுத்தமாக வைத்திருக்கிறார்களா என்பதைச் சோதிக்க விரும்பினாலோ நினைத்த மாத்திரத்தில் போக முடியாது. வீட்டிற்கு வரப்போவதாக இருபத்தி நான்கு மணி நேரத்திற்கு முன்னதாக எழுத்துப் பூர்வமாகத் தெரிவிக்கவேண்டும். அப்படியான விசிட் காலை ஏழு மணி முதல்மாலை எட்டு மணிக்கு இடைப்பட்ட நேரமாக இருக்கவேண்டும்.

- உரிமையாளர் நேரிடையாகக் கவனிக்க முடியாதபோது அவரது சார்பாக மேனேஜரை நியமிக்கலாம். அதற்கான அறிவிப்பும் எழுத்துப் பூர்வமாகத் தெரிவிக்கவேண்டும்

வாடகை நீதிமன்றம் மற்றும் வாடகை தீர்ப்பாயம்:

- இந்தச் சட்டத்திற்கு பிரகாசத்தைக் கொடுத்து, கவனத்தை தன் பக்கம் திசைதிருப்புவது வாடகை வழக்குகளை விசாரிக்க என்று அமையவிருக்கும் இதற்கான பிரத்யேக நீதிமன்றங்கள்தான்.

- புகார் பதிவுக்குப் பின்பு எதிர்த்தரப்பினரை விசாரணைக்கு நீதிமன்றம் அழைக்கும். வழக்கு துவங்கி தீர்ப்பாகும் இடைப்பட்ட காலத்தில் மூன்றே வாய்தாதான் கொடுப்பார் கள். வழக்கு நடைபெற்று முடியும்வரை மூன்று வாய்தாவுக்கு மேல் கொடுக்கமாட்டார்கள்.

- இவர்கள் இருவருக்குமிடையே வந்துபோகும் தீர்க்க இயலாத பிணக்குகளைத் தீர்க்கவாடகை நீதிமன்றத்தை நாடலாம்.

அதற்கடுத்த நிலைவாடகைத் தீர்ப்பாயம். புகார் பதிவான ஒரு மாத கால அவகாசத்துக்குள் விசாரணை முடிவுக்கு வரும்.

யாருக்கெல்லாம் இந்தச் சட்டம் பொருந்தாது:

- மத்திய அரசு, மாநில அரசு மற்றும் அதனுடைய நிறுவனங்கள்.
- தனிநபர் நடத்தும் நிறுவனம் அல்லது ஸ்தாபனம், பல்கலைக் கழகம் போன்றவற்றில் வேலை செய்யும் பணியாளர்களுக்காகக் கட்டப்பட்ட நிறுவனத்தின் குடியிருப்புகள் போன்றவற்றில் குடியிருப்பவர்கள்
- மதம் சார்ந்த செயல்பாடுகளுக்காக அவர்கள் வசமுள்ள கட்டடங்களை வாடகைக்குக் கொடுத்திருந்தால் அல்லது தொண்டுநிறுவனங்களுக்குச் சொந்தமான கட்டடங்களை வாடகைக்குக் கொடுத்திருந்தால் அவர்களுக்கெல்லாம் இந்தச் சட்ட விதிமுறைகள் பொருந்தாது.
- வாகூப் (waqf) சட்டப்படி பதிவுசெய்த கட்டடங்களையும் இந்தச் சட்டம் கட்டுப்படுத்தாது.

வாடகைக் கட்டட பராமரிப்பு மற்றும் பழுதுச் செலவுகளை யார் ஏற்றுக்கொள்ள வேண்டும்:

'வாசலில் எரியும் மின்விளக்குப் பழுதாகிவிட்டது. வாங்கிக் கொடுங்க' என்று குடித்தனக்காரரும், 'மழையில் பழுதான நீர்தேக்க தொட்டியை அகற்றிவிட்டு புதிதாக வாங்கிவையுங்கள்' என்று உரிமையாளரும், போட்டுக்கொள்கிற, நீயா நானா குடுமிப்பிடி சண்டை இனி அவசியமில்லை. என்னென்ன செலவு யார் வசமாகும் என்பதையும் தெளிவுபடுத்துகிறது இந்தச் சட்டம்.

உரிமையாளர் சுமக்க வேண்டிய செலவுகள்:

- வீட்டிற்கு வெள்ளை அடித்தல் / கதவு ஜன்னல்களுக்கு வர்ணம் பூசுதல்.
- குழாய்களை பழுதுபார்ப்பது, மாற்றித் தருவது.
- வீட்டின் கட்டமைப்பின் பழுதை சீர் செய்தல்.
- உள்புறம் மற்றும் வெளியே மின்கம்பிகளைப் பழுதுபார்த்தல்.

வாடகைதாரர் பொறுப்பில் வரும் செலவுகள்:

- கைகழுவும் குழாய் மாற்றிக்கொள்ளுதல்.

- கழிவுநீர் சுத்திகரிப்புக் குழாய்களை சீர்படுத்திக் கொள்ளுதல்.
- குடிநீர் குழாய்கள் பழுதடைந்தால் மாற்றிக்கொள்ளுதல்.
- வாஷ் பேஷனில் பழுது ஏற்பட்டால் பராமரித்துக்கொள்ளுதல்.
- குளியலறை டப் பழுது ஏற்பட்டால் சரிசெய்துகொள்ளுதல்.
- சர்க்கியூட் பிரேக்கர் (circuit breaker)
- ஸ்விட்ச் மற்றும் சாகெட் மாற்றிக்கொள்ளுதல்.
- மின்சாதனங்களைப் பொருத்திக்கொள்ளுதல் அல்லது புதிதாக மாற்றுதல்.
- சமையலறையில் பொருத்தப்பட்டிருக்கும் சாதனங்கள்.
- அலமாரிகளின் பழுது.
- கொசு வலை மாற்றிக்கொள்ளுதல்.
- கதவு ஜன்னல்களின் கண்ணாடிகளை மாற்றிக்கொள்ளுதல்.
- வீட்டை ஒட்டியுள்ள வாடகைதாரர் உபயோகிக்கும் இடங்கள், பூங்காக்கள் ஆகியவற்றைப் பராமரித்தல் பழுதுபார்த்தல்

வாடகை சட்டம் 2017 அமலுக்கு வந்தபிறகுதான் அதனுடைய ஷரத்துகள் பின்பற்றப்படும்.

தற்போதுள்ள நடைமுறையில் வீடு வாடகைக்கு விடுபவர்கள்/ குடிவருபவர்கள் தெரிந்து வைத்திருக்கவேண்டிய அவசியமான செய்திகள்:

வாடகை ஒப்பந்தப்பத்திரம்:

முன் பின் அறிமுகமில்லாத ஒரு நபருக்கு வீட்டை வாடகைக்கு விடும் போது அக்ரிமென்ட் அதாவது ஒப்பந்தப்பத்திரம் செய்து கொள்வது இரு தரப்பினருக்கும் பாதுகாப்பானது.

இருபது ரூபாய்க்கான முத்திரைத்தாளில் வீட்டு வாடகை ஒப்பந்தப் பத்திரத்தைத் தயாரிக்கலாம்.

அதில் இருதரப்பினரின் நிரந்தர முகவரி இடம் பெற்றிருக்க வேண்டும்.

வாடகைதாரர் அவர் பணி செய்யும் அலுவலக முகவரியையும் கொடுக்க வேண்டும்.

வாடகை நிர்ணயம் செய்யப்பட்ட கட்டணம் எவ்வளவு என்றும் வாடகைக்கான கால அவகாசத்தையும் தேதியோடு குறிப்பிட வேண்டும். பொதுவாக வாடகை கால அவகாசம் ஒரு வருடமாக இருப்பது நல்லது.

முன்பணம் செலுத்திய தொகையினை பத்திரத்தில் எழுத வேண்டும்

அடுக்குமாடி குடியிருப்பு வீடாக இருந்தால் குடியிருப்பாளர்கள் அனைவரும் உபயோகப்படுத்தும் குடிநீர் மோட்டார் போன்றவை பழுது ஏற்பட்டால் அவற்றிற்கான செலவை யார் ஏற்பது என்பதை தெளிவுபடுத்திக் கொள்ளவேண்டும்.

மின்கட்டணம், குடிநீர் கழிவுநீர் வெளியேற்று வரி போன்றவற்றை வாடகைதாரர்தான் செலுத்த வேண்டும்.

வீட்டுக்கு வெள்ளை அடித்தல் யாருடைய பொறுப்பு என்பதும் இதில் இடம்பெறும்.

வீட்டு உரிமையாளர்ஒரு வருட கால அவகாசத்துக்கு மட்டும் வாடகைக்கு விடுவதாகக் குறிப்பிடவேண்டும்.

மாதந்தோறும் எந்தத் தேதிக்குள் வாடகையைச் செலுத்தவேண்டும் என்று குறிப்பிடவேண்டும். வாடகைப்பணத்தை வங்கிக்கணக்கில் செலுத்துவதாக இருந்தால் வங்கிக்கணக்கின் கணக்கு பற்றிய விவரம் இடம் பெற்றிருக்க வேண்டும்.

வாடகைதாரர் வீட்டையோ அல்லது வீட்டின் ஒரு பகுதியையோ யாருக்கும் உள்வாடகைக்கு விடக்கூடாது.

வீட்டு உரிமையாளரின் எழுத்துப்பூர்வமான சம்மதம் இல்லாமல் வீட்டின் அமைப்பை பராமரிக்க மாற்றியமைக்கக் கூடாது.

வாடகைதாரர் மற்றும் அவரது உறவினர்கள் வீட்டை பயன்படுத்திக் கொள்ளலாம். வீட்டை சட்ட விரோதச் செயல்களுக்குப் பயன்படுத்தக் கூடாது.

ஒப்பந்தப்பத்திரத்தின் அசல், வீட்டு உரிமையாளரிடம் இருக்கும்.

வாடகைதாரர் வீட்டைக் காலி செய்யும்போது வீட்டை சுத்தம் செய்து கொடுக்க வேண்டும்.

வாடகைதாரர் அனுபவிக்கும் மின்விசிறி பழுது, மின்விளக்கு

பழுது போன்ற பொருட்களின் பழுது மற்றும் மாற்றுதலுக்கான செலவை வாடகைதாரரே ஏற்கவேண்டும்.

வாடகைதாரர் மாத வாடகையைச் செலுத்தாவிட்டாலோ அல்லது சட்டத்துக்குப் புறம்பான தொழிலைச் செய்தாலோ உடனடியாகவோ அல்லது ஒரு மாதம் அல்லது இரண்டு மாத அவகாசத்துக்குள் வீட்டைக் காலி செய்யவேண்டும் என்ற நிபந்தனையைப்பற்றித் தெளிவுபடுத்தவேண்டும்.

வாடகை ஒப்பந்தப்பத்திரத்தைப் பதிவு செய்வது அவசியம்.

மனைவியும் தாயும் ராசியானதாகக் கனவுகாணும் ஆணின் ஆனந்தம் எப்படிப்பட்டதோ, அதே போன்றதொரு ஆனந்தம் தமிழ்நாடு, சொத்து உரிமையாளர்கள், வாடகைதாரர்கள் உரிமைகள் மற்றும் பொறுப்புகள் முறைப்படுத்துதல் சட்டம் 2017நடைமுறைக்கு வந்து முழுமையடைந்தால் கிடைக்கும் என்பது நிச்சயம்.

8

கணவன் மூலம் நிபந்தனையோடு அடைந்த சொத்தை, மனைவி மற்றவருக்கு மாற்றம் செய்து கொடுக்க உரிமை உண்டா?

சொந்தங்கள் இல்லையே என்று வருத்தப்படுபவர் சொத்தைச் சேருங்கள்; இரட்டைப் பிறவியைப்போல சொத்துடன் இணைந்து சொந்தங்களும் வந்து சேரும் என்பார்கள். இதையே தாரக மந்திரமாக ஜெபித்தபடி வாழ்நாளில் பாதிநாளை தொலைத்து சொத்தின் பின்னால் ஓடும்மனிதனின் கடைசி கால நிலைதான் என்ன?

உடல்நலனில் அக்கறைகொள்ளாமல் உண்ணாமல், உறங்காமல் சம்பாதித்த சொத்துகளை மருத்துவமனையில் கொண்டு சென்று கொட்டுகிறான். மீதமுள்ளவைகளை அவன் உறவுகளுக்குத்தான் எழுதி வைக்கிறான். அவன் உழைத்துச் சம்பாதித்ததை அவன் அனுபவிக்கிறானா என்றால் நூற்றுக்குப் பத்து சதவிகிதம்கூடத் தேறாது.

சொத்தின் உரிமை கைமாறுவதில் உயில் முக்கிய பங்கு வகிக்கிறது. சொத்துக்கு உரிமையாளர் உயிலில் எழுதி இருக்கும் எழுத்துதான் அவரைச் சார்ந்தவர்களின் தலை எழுத்தை நிர்ணயிக்கும். அதனால் உயில் என்றாலே உள்ளுக்குள் ஒரு திகில் எல்லோருக்கும் வந்து

குடியேறிவிடும். தவமே இல்லாமல் கிடைக்கும் வரம் என்பதாலோ என்னவோ உயிலுக்கு உயிரைப் போன்றதொரு மரியாதை மனிதர்களிடத்தில் உண்டு.

இதன்படி திருமணமான பெண்ணுக்கு அவளின் வாழ்வாதாரத்துக் காக அவளது கணவன் உயில் வாயிலாக சொத்தை எழுதி வைக்கிறான் என்றால் அந்தச் சொத்தின் முழு உரிமையும் அவனது மனைவிக்கு வந்தடைகிறதா என்கிற சந்தேகம் பலருக்கும் உண்டு.

அவ்வாறான சந்தேகத்தைத் தீர்க்கும்விதமாக இது தொடர்புடைய வழக்கு ஒன்றை கீழே பார்ப்போம்.

வெங்கட சுப்பாராவ் என்பவர் 1920ல் எழுதிய உயிலானது 2007வரை நீதிமன்றங்களில் சுழன்றுகொண்டிருந்தது.

வழக்கின் விவரம்:

ஆந்திரப்பிரதேச மாநிலத்தைச் சேர்ந்தவர் வெங்கட சுப்பா ராவ், அவருடைய முதல் மனைவி காலமாகிவிட, இரண்டாவது திருமணம் செய்துகொள்கிறார். இரண்டாவது மனைவியின் மூலம் அவருக்கு இரண்டு மகன், ஒரு மகள் என மூன்று வாரிசுகளும் உண்டு. பின்னர் இரண்டாவது மனைவியும் காலமாகிவிட, சுப்பாராவ் மூன்றாவதாக வீரராகவம்மா என்பவரை மணம் செய்துகொள்கிறார். அவரது முதல் மனைவிக்கும் மூன்றாவது மனைவிக்கும் வாரிசுகள் இல்லை.

வெங்கட சுப்பாராவின் ஆயுளுக்குப் பிறகு அவருடைய சுயசம் பாத்திய சொத்தை யாரெல்லாம் உரிமையாக்கிக் கொள்ள வேண்டு மென்று சுப்பாராவ் உயில் எழுதி வைக்கிறார். ராஜமுந்திரியில் உள்ள வீட்டை அவரின் மூன்றாவது மனைவியான வீரராகவம்மா அனுபவிக்க வேண்டும் என்று ஆசைப்படும் சுப்பாராவ், அதன்படி உயில் எழுதும்போது கூடவே ஒரு சின்ன முடிச்சையும் அந்த இடத்தில் போட்டு வைக்கிறார். வீரராகவம்மாவுக்கு குழந்தை இல்லாததால் அவர் ஆண்டனுபவித்து வரும் சுப்பாராவின் சொத்தை வீரராகவம்மாவின் ஆயுட்காலத்துக்குப் பிறகு மனைவி யின் உறவுகள் யாராவது சொந்தம் கொண்டாடி விடக் கூடாது அல்லவா அதற்காகவே இந்த முடிச்சைப் போட்டுவைக்கிறார்.

அதென்னவென்றால், வீரராகவம்மா ஆயுள் உள்ளவரை அந்த சொத்தை அனுபவிக்கலாம். அவர் மறைவுக்குப் பிறகு அந்த சொத்தின் உரிமை சுப்பாராவின் வாரிசான நரசிம்மாவின் வசம்

வந்தடையும் என்றும் அதை அவர் கொடையாகக் கொடுக்கவும் விற்பனை செய்யவும் உரிமை உண்டு என்றும் தெளிவாக எழுதியிருந்தார். இதேபோல மீதமுள்ள அவரின் ஏக போக சொத்துக்களை முறையாக அவரின் விருப்பப்படி யாருக்குச் சேரவேண்டும் என்பதையும் எழுதியிருந்தார். வெங்கட சுப்பாராவின் மறைவுக்குப் பிறகு உயில் வாயிலாக கணவன் விட்டுச் சென்ற சொத்து வீரராகவம்மாவின் அனுபோகத்தில் ஐம்பதாண்டு களுக்கும் மேலாக இருந்தது. அவரின் உரிமையில் உள்ள அந்த வீட்டை அவரின் காலத்துக்குப் பிறகு அவரது உறவினர் பென்டாபதிக்குச் சேரவேண்டும் என்று 1971 ல் உயில் எழுதி வைத்தார் வீரராகவம்மா.

அப்பா சுப்பாராவ் எழுதி வைத்த உயில்படி சின்னம்மாவின் சொத்து அவர் மறைவுக்குப் பிறகு தனக்குத்தான் சொந்தம் என்று சுப்பாராவின் வாரிசு நரசிம்மா அந்த வீட்டை சாரதி என்பவருக்கு விற்பனை செய்துவிட்டார். அன்றைய நிலவரப்படி சொத்தின் மூலகர்த்தா வெங்கட சுப்பாராவ்தான் என்பதில் எள்ளளவும் சந்தேகமில்லை ஆனால் அந்த சொத்தின் உரிமை வீரராகவம்மாவிடம் கைமாறிவிட்டபிறகு வீரராகவம்மாதான் அந்தக் குறிப்பிட்ட சொத்தின் முழு உரிமையாளர் என்ற நிலையில் எனக்குத்தான் அந்த சொத்தை கொடுத்திருந்தார். அதனால், சுப்பாராவின் மகன் நரசிம்மா செய்த விற்பனை செல்லாது என்று கீழமை நீதிமன்றத்தில் வழக்கு போட்டார் பென்டாபதி.

சுப்பாராவின் உயில்படி வீரராகவம்மாவுக்கு அந்த சொத்தில் வரையறையான உரிமை மட்டுமே உள்ளது. அதன்படி அந்த சொத்தை அவர் அனுபவிக்க மட்டுமே முடியும். அவர் பென்டாபதிக்கு கொடுத்தது செல்லாது. சுப்பாராவின் வாரிசு நிலத்தை விற்றது செல்லுபடியாகும் என்று தீர்ப்பளித்து விசாரணை நீதிமன்றம் வழக்கை முடித்துவைத்தது.

நரசிம்மாவிடமிருந்து நிலம் வாங்கியவர் நிம்மதி பெருமூச்சு விடும் நேரத்தில் பென்டாபதி உயர்நீதிமன்றத்தில் மேல்முறையீடு செய்தார். வீரராகவம்மாவின் சொத்து அவரது உயில்படி தனக்கே சொந்தம் என்றார். அவருடைய வாதம் நியாயம் என்று ஆந்திர உயர்நீதி மன்றம் பென்டாபதிக்கு சாதகமாக பச்சைக்கொடி காட்டியது.

இந்தத் தீர்ப்பானது சுப்பாராவின் வாரிசுகளுக்கு மட்டுமல்ல அவர்களிடமிருந்து நிலத்தை வாங்கியவர்களுக்கும் அதிர்ச்சி யளிக்க நேராக உச்சநீதிமன்றத்துக்குச் சென்றார்கள்.

இந்து வாரிசுரிமை சட்டம்1956 பிரிவு14 (1)ல் ஓர் இந்து பெண்ணுக்கு அசையும் மற்றும் அசையா சொத்தானது தானமாகவோ, ஜீவனாம்சமாகவோ, சீதனமாகவோ வேறு எந்த வகையில் கிடைத்திருந்தாலும் அந்த சொத்தின் முழு உரிமையும் அந்தப் பெண்ணையே சாரும் என்று மிகத் துல்லியமாக எடுத்துச் சொல்கிறது. அடுத்த பிரிவில் வீரராகவம்மாவுக்கு எதிரான முட்டுக்கட்டை வந்து விழுகிறது. இதே சட்டத்தில் பிரிவு 14 (2)ல் இந்து பெண்ணுக்கு தானமாகவோ அல்லது உயிலின் மூலமோ கிடைக்கப்பெற்ற சொத்துக்கு 14(1)ல் கூறப்பட்டுள்ள விதிமுறை பொருந்தாது என்று சொல்கிறது. ஆகையால், சட்டப்படியும் சொத்தின் உரிமை யாருக்குக் கிடைக்கும் என்பதில் இழுபறி தொடர்ந்தது. இருதரப்பினரும் காத்திருந்தார்கள். அப்பாவின் சொத்து அவர் எழுதிய உயில்படி தனக்கு வந்தடைந்த பிறகு, தான் விற்பனை செய்தது நியாயம் என்று அவரது வாரிசுகளும், சொத்துக்கு உரிமையான வீரராகவம்மா உயில்படி அந்தச் சொத்து தங்களுக்குத்தான் என்று பென்டாபதி உறவுகளும் தேர்தலுக்கு பிறகு முடிவு நாளுக்காகக் காத்திருக்கும் போட்டியாளர்களாக தீர்ப்புக்காகக் காத்திருந்தார்கள்.

உச்சநீதிமன்றம் வேர் முதல் நுனி வரை அலசியது. மேற்கண்ட சட்டப்பிரிவு 14 (2)ன் படி நரசிம்மா சொத்தை விற்பனை செய்தது சட்டரீதியானது. அவரின் அப்பா 1920ல் எழுதிய உயில் வாசகமும் நங்கூரம் போட்டதைப்போல நரசிம்மாவின் தரப்புக்கு வலுவாக இருந்தது. மனைவியைப் பராமரிக்க வேண்டியது கணவனின் கடமை. அவளுக்காக அவன் சொத்தை எழுதிக்கொடுப்பது கருணையின் அடிப்படையில் கிடையாது, இரக்கத்தினாலும் இல்லை. சொத்தை அனுபவிக்கும் வரையறையைஎன்று உயிலில் கூறப்பட்டிருந்தாலும் அந்த சொத்தின் முழு உரிமைதாரர் அந்தப் பெண்தான். அதனால் வீரராகவம்மா அவருக்கு உரிமையான சொத்தை பென்டாபதி என்பருக்கு மாற்றம் செய்து கொடுத்தது செல்லும் என்று தீர்க்கமாகத் தீர்ப்பெழுதினர்.

கணவன் அவனது மனைவியின் வாழ்வாதாரத்துக்காகக் கொடுக்கும் சொத்தை மனைவி, அவரது சுய விருப்பப்படி யாருக்கும் விற்கவோ அல்லது உயில்வாயிலாக உரிமை மாற்றம் ஏற்படுத்திக் கொடுக்கவோ அவளுக்கு முழு உரிமை உள்ளது என்பதை இந்த வரலாற்றுச் சிறப்பு மிக்க தீர்ப்பு நமக்குப் புரியவைக்கிறது.

9

நிலம் வாங்கும் முன்பு சரிபார்க்க வேண்டிய ஆவணங்களின் பட்டியல்

நிலம் வாங்குவதற்கு முன்பு பட்டா சிட்டா அடங்கல் போன்றவை என்னென்ன என்பதைப் பற்றித் தெரிந்துகொண்டோம். சொத்து வாங்குவதற்கு முன்பு அவற்றை எவ்வாறு அலசுவது என்பதைப் பற்றி அறிந்துகொள்வோம்.

பட்டா:

'நிலத்தின் வாங்கியவருக்கு அதனை அனுபவிக்கும் முழு உரிமையையும் அவருக்கு வந்துவிட்டது' என்பதை உத்திரவாதப்படுத்துவது கிரையப் பத்திரமாகும். இது மட்டுமே போதுமா? நாம் அதன் உரிமையாளர் என்பதின் உறுதித்தன்மை யானதா என்றால் இல்லை! ஏனென்றால் உரிமைத்தன்மையைப் பலப்படுத்தும் ஆவணமாகிய பட்டா என்பது கட்டாயம் அவசியம்.

பட்டா என்பது வாங்கி வைத்திருக்கும் இடத்துக்கான சாவியைப் போன்று மிக அவசியமானது. கிரையப் பத்திரத்தை பெட்டிக்குள் பத்திரப்படுத்துவதற்கு முன்பாக பழைய உரிமையாளர் பெயரில் இருக்கும் பட்டாவை புதிதாக வாங்கியிருப்பவரின் பெயரில் பெயர் மாற்றம் செய்யவேண்டும்.

பொது இணையச் சேவை மையம் ஒவ்வொரு தாலுக்கா அலுவலகத்திலும் இயங்குகிறது. பட்டாவில் பெயர் மாற்றம்

அல்லது நீங்கள் வாங்கிய சொத்தை சப் டிவிஷன் செய்வதற்கும் இந்த அலுவலகத்தைத்தான் அணுக வேண்டும்.

அப்படிச் செல்லும்போது சொத்து கிரையப் பத்திரத்தின் ஒரிஜினல், விண்ணப்பம் கொடுக்கும் நாளுக்கு முந்தைய அல்லது லேட்டஸ்ட் வில்லங்கச் சான்றிதழ், அடையாள அட்டையின் ஒரிஜினல் ஆகியவற்றைக் கொண்டு செல்லவேண்டும். கிரையப் பத்திரம் ஸ்கேன் செய்யப்படும்.

- கிரையப் பத்திரம்
- வில்லங்கச் சான்றிதழ்
- அடையாள அட்டை
- நிலம் விற்பனை செய்தவரின் பட்டா

ஆகியவற்றின் நகல்களை அங்கு சமர்ப்பிக்கவேண்டும். பட்டா விண்ணப்பம் செய்ததற்குண்டான இரண்டு ரசீதை கொடுப்பர். அதில் ஒன்றில் விண்ணப்பித்தவர் கையொப்பமிட்டு சேவை மையத்திலேயே சமர்ப்பிக்க வேண்டும்.

அடுத்தகட்டமாக பட்டா மாற்றுதலுக்கான விண்ணப்பம் கிராம நிர்வாக அலுவலகத்துக்கு சென்றடைந்ததை உறுதிப்படுத்திக் கொண்டு நிலம் அமைந்திருக்கும் கிராம நிர்வாக அலுவலகத்துக்குச் செல்லவும். இணைய சேவை மையத்தில் சமர்ப்பித்த ஆவணங்களின் நகல்களை இங்கும் கொண்டு செல்லவும். கிராம நிர்வாக அலுவலர் சரிபார்த்து ஓகே சிக்னல் கொடுத்ததும் தங்களின் பெயரில் பட்டா மாற்றமாகும்.

ஜாதகத்தை பத்திரப்படுத்துவதைப்போல பட்டாவும் பத்திரப் படுத்தி பாதுகாக்க வேண்டிய ஆவணமாகும். நில உரிமையாளரின் பெயர், அவரின் தந்தை அல்லது கணவரின் பெயர், சர்வே எண், உட்பிரிவுக்கான எண், கிராமத்தின் பெயர் ஆகியவை பட்டாவில் இடம்பெற்றிருக்கும். பட்டாவை இணையத்திலும் சரி பார்க்கலாம். நீங்கள் வாங்கவிருக்கும் நிலத்தின் உரிமையாளர் பெயர் பட்டாவில் இருக்கிறதா என்று சரிபார்த்துக்கொள்ளவும். ஏனென்றால் கூட்டுபட்டாவில் இருக்கும் சொத்தை ஒருவர் அவருக்கு உரிய பாகத்தை உங்களுக்கு விற்பனை செய்வதற்கு முன்பு, சப் டிவிஷன் செய்து உரிமையாளர் பெயரில் தனிப் பட்டாவுக்கு விண்ணப்பிக்கக் கேளுங்கள். நீங்கள் யாரிடமிருந்து சொத்து வாங்குகிறீர்களோ

அவரது பெயரில் பட்டா மாற்றம் ஆனதை இணையத்தில் சரிபார்த்து உறுதிபடுத்திக்கொண்டு பிறகு நிலத்தை வாங்கும் நடைமுறையில் அடியெடுத்து வைப்பது தான் சரியான நடைமுறை.

தனிப்பட்டா மற்றும் கூட்டுப்பட்டா:

தந்தை சம்பாதித்த சொத்தாக இருந்தால் அவர் மறைவுக்குப் பிறகு அவரின் வாரிசுகள் முறையாக பாகப்பிரிவினை மட்டும் செய்து கொண்டு பட்டாவை மாற்றாமல் வைத்திருப்பார்கள். சொத்தை பிரித்துக்கொண்ட வாரிசுகள் அவற்றை வெளிநபர்களுக்கு விற்பனை செய்ய முயலும்போது, நிலம் யார் விற்பனை செய்கிறாரோ அவரின் பெயரில் பட்டா இருக்க வேண்டியது அவசியமாகிறது. அந்த நேரத்தில் வட்டாட்சியர் அலுவலகத்துக்கு மாதக்கணக்கில் நடைபயணம் செய்வதைவிட பாகப்பிரிவினை செய்யும்போதே தனிபட்டாவுக்கு விண்ணப்பம் செய்துவிடலாம்.

சர்வே எண்: 10 என்ற சொத்தை நான்கு நபர்கள் பாகப்பிரிவினை வாயிலாக பங்கிட்டுக்கொண்டால் 10A, 10B, 10C, 10D என்று சர்வே எண் மாறுபடும். இவர்கள் நால்வரும் சேர்ந்து விண்ணப்பம் செய்தால் ஒரே பட்டாவில் இவர்கள் நால்வரின் பெயரும் வரும். இது கூட்டுப்பட்டா எனப்படுகிறது. இவர்கள் தனி பட்டா தேவை என்றாலும் தனித் தனியாக வாங்கிக்கொள்ளும் வசதியும் உள்ளது.

கூட்டுக்குடும்பச்சொத்து அல்லது பரம்பரைச்சொத்தை பாகப்பிரிவினை செய்து பத்திரத்தை பதிவு செய்து வைத்திருப்பார்கள். பாகப் பிரிவினை செய்துகொண்டவர்கள் பெயரில் பாகம் பிரித்துக் கொணடவர்கள் அத்தனை பேரின் பேரிலும் கூட்டு பட்டா விநியோகிக்கப்படும். சொத்தை உட்பிரிவு செய்த பிறகு தனி பட்டாவுக்கு விண்ணப்பம் செய்யலாம்.

வங்கிகளில் இருந்து லீகல் ஒபினியனுக்காக பலதரப்பட்ட சொத்துப் பத்திரங்களைக் கொடுப்பார்கள்.சென்னைக்கு அருகிலிருக்கும் கிராமங்களிலிருந்து கொண்டுவரும் சொத்து தொடர்பான ஆவணங்களைப் பரிசீலிக்கும்போது சில வேறுபட்ட ஆவணங் களைக் காண முடிந்தது. தோராயப்பட்டா, மாதாந்திர கிஸ்திக்குக் கொடுக்கப்பட்ட பட்டா போன்றவை. அவற்றில் சிலவற்றின் விளக்கங்களை நீங்களும் தெரிந்து கொள்ளுங்கள்.

தோராயப்பட்டா:

கிராமநத்தம் என்று வரையறுக்கப்பட்ட நிலத்தில் வீடுகட்டி வசித்துவரும் நபருக்குச் சொந்தமானது அந்த இடம் என்பதைச்

சொல்கின்ற ஆவணம் தோராயப்பட்டாவாகும். தோராயப்பட்டா என்பது பட்டாவுக்கு இணையானது இல்லை. வங்கிகளில் தோராயப் பட்டாவை வைத்துக்கொண்டு கடன் கேட்கச் சென்றால் அதை வைத்து கடன் வாங்க முடியாது. தோராயப் பட்டாவை பட்டாவாக மாற்றிக்கொடுக்கும் திட்டமும் உள்ளது. அதனால், உங்கள் எல்லைக்குட்பட்ட வட்டாட்சியர் அலுவலகத்தைத் தொடர்புகொண்டு அதைப்பற்றி விசாரியுங்கள். சாத்தியமெனில் தோராயப் பட்டாவை பட்டாவாக மாற்றிக்கொள்ளுங்கள். தோராயப் பட்டாவை யார் பெயரில் உள்ளதோ அவர் அந்த இடத்தில் குடியிருப்பவர் என்பதை விளக்கும் சான்றாக மட்டும்தான் தோராயப் பட்டா பார்க்கப்படுகிறது.

மாதாந்திர கிஸ்திக்குக் கொடுக்கப்பட்ட பட்டா:

பட்டாவில் குறிப்பிட்டிருக்கும் தீர்வைத் தொகையை மணியக்காரரிடத்தில் செலுத்தவேண்டும் என்ற நிபந்தனை வாசகம் இந்தப் பட்டாவில் இடம்பெற்றிருக்கிறது. கிராமநத்தம் நிலம், பெயர், பட்டா எண், கிராமம் மற்றும் வட்டத்தின் பெயர், பட்டா எண் ஆகிய விவரங்களும் இதில் உள்ளது. குடியிருப்பு மற்றும் வேளாண்மை நிலங்கள், வேளாண்மை அல்லாத பிற பயன்பாட்டிலுள்ள வேளாண்மை நிலங்களை நத்தம் நில அளவை மற்றும் நிலவரித்திட்டம் அமுல் செய்து மனைவரி விதிக்கும் திட்டம் என்ற நிபந்தனைகளோடு மனைவரி தோராயப்பட்டா என்ற ஒன்றும் வழங்கப்பட்டிருக்கிறது. தமிழ்நாடு அரசு ஆணை எண் 1971 வருவாய் துறைநாள் 14.10.88 அறிவிக்கையின்படி நிலவரி திட்டத்தின் கீழ் நத்தம் நிலவரி திட்டத்தின் தனி வட்டாட்சியர் மனைவரி தோராயப்பட்டாவை வழங்கியுள்ளார்.

ரயத்வாரி பட்டா:

விவசாயிகள் அவர்களின் உரிமைக்காகவும் விவசாய நிலங்களை பாதுகாக்கவும் டெல்லியில் போராடி வருகின்றனர். உழவன் சேற்றில் கைவைத்தால்தான் உயிர்களுக்கு சோறு என்பதை மறந்து, விவசாயிகள் என்பவர்கள் வேற்று கிரகத்திலிருந்து வந்தவர்கள் போன்ற ஒரு மாயை உருவாகிவிட்டது. உண்ணாமல் இருந்தார்கள், உருண்டு புரண்டார்கள், செத்த ஐந்துகளை எடுத்து உண்டார்கள், உடை துறந்தார்கள். இவை எதுவும் ஆட்சியாளர்களின் கவனத்தை ஈர்க்கத் தவறின என்ற வேதனை நெஞ்சருக்கச் செய்கின்றன. விவசாயிகள்மீது கட்டவிழ்த்து விடப்படும் அநியாயங்கள்

1820களிலிருந்தே தொடங்கப்பட்டுவிட்டது என்பதற்கு ரயத்வாரி முறைதான் சான்று.

அன்றைய ஆங்கிலேய எடுபிடிகள் ரயத்வாரி முறையை அறிமுகம் செய்து வைத்தார்கள். ரயத் என்றால் உழவர் என்று பொருள் கூறப்படுகிறது. விவசாயிகளிடமிருந்து நேரடியாக வரி வசூலிக்கும் சூட்சுமத்தை அவர்கள் அப்போதே நடைமுறைப்படுத்தி இருக்கிறார்கள். ஜமீன்தாரர்களின் நிலங்களை விவசாயிகள் குத்தகைக்கு எடுத்து பயிர் செய்து வந்தனர். ஜமீன்தாரர் நிலம் அரசுடமை ஆக்கப்பட்டபோது உழுது விவசாயம் செய்துவந்த நிலத்தை விவசாயியே உபயோகித்துக் கொள்ளும் வகையில் அவர்களுக்கு ரயத்வாரி பட்டா வழங்கப்பட்டுள்ளது.

அனுபந்தம்: Property Allotment Letter:

'கிராமங்களில் வீட்டுமனை ஒப்படை செய்வது விஷயமாகப் பிறப்பிக்கப்படும் உத்தரவின் நமூனா' என்று தலைப்பில் எழுதப்பட்டுள்ளது.

நாற்பது ஐம்பது வருடங்களுக்கு முன்னால் மாவட்ட ஆட்சியர் அல்லது சிறப்பு மாவட்ட ஆட்சியர் போன்றவர்கள், கிராமத்தில் வீடுகட்டி வசித்து வரும் அல்லது காலம்காலமாக பயனாளிகளின் பயன்பாட்டில் இருந்துவரும் நிலத்துக்கு 'அலாட்மெண்ட்' கடிதம் வழங்குவார்கள். உரிமையாளரின் பெயர், முகவரி, நிலத்தின் அளவு முதலிய விவரங்கள் எழுதப்பட்டிருக்கும். பத்து அல்லது முப்பது ஆண்டுகள் என்று காலவரையறையைக் குறிப்பிட்டு அத்தனைக் காலம் முடியும்வரை அதை அடகு அல்லது விற்பனை செய்யக் கூடாது போன்ற நிபந்தனைகளும் விதிக்கப்பட்டிருக்கும். அரசாங்கம் வீடுகட்ட அனுமதி அளித்துள்ள நிலம் யாருக்கு எவ்வளவு என்ற விவரமும் இதில் அடங்கும். ஒரே கட்டடம்தான் கட்டவேண்டும். கட்டடங்கள் கட்டத் தொடங்கி முடிக்கப்படாமல் அல்லது கட்டடம் கட்டுவதற்காக ஒதுக்கப்பட்ட இடமானது மனையாகவோ அல்லது பழுதடைந்தோ இருந்தால் அரசாங்கம் அவற்றை சுவாதீனப்படுத்திக்கொள்ளும்.

அனுபந்தத்துக்காக அரசாங்கம் கொடுத்த அந்தப் பத்திரத்தைத்தான் இவர்கள் தாய்ப்பத்திரம் என்று கொண்டு வருகின்றனர். அனுபந்தப் பத்திரம் என்பதுவிடைத்தாளைப் போல ஒற்றை காகிதம்தான். சிலர் அதை லேமினேட் செய்தும் வைத்துள்ளனர்.

பட்டா என்பதும் மனைவரி தோராயப்பட்டா, மாதாந்திர கிஸ்திக்குக் கொடுக்கப்பட்ட பட்டா என்று மாறுபடுகிறது. திருவள்ளூர், காஞ்சி புரம் ஆகிய இரு பெரும் மாவட்டங்களின் சொத்து விவரங்களைப் பார்வையிடும்போது பெரும்பான்மை யானோர் இவைகளைத்தான் வைத்திருக்கிறார்கள். சொத்து விற்பனைக்குரியதா, வில்லங்கமற்றதா என்றுதான் அரசு வங்கிகளும் சில தனியார் வங்கிகளும் கணக்கில் எடுப்பார்கள். அதனால் இதுபோன்ற ஆவணங்களை வைத்து கடன் பெறுவது சற்று சிரமத்துக்குரியதுதான். ஆனாலும் குரு பைனான்ஸ் போன்ற வீட்டுக்கடன் வழங்கும் பைனான்ஸ் நிறுவனங்களில் இத்தகைய ஆவணங்களை ஏற்றுக்கொண்டு கடன் வழங்குகிறார்கள்.

சிட்டா:

கிராம நிர்வாக அலுவலர் சிட்டாவை கொடுக்கும் அதிகாரம் பெற்றவர். இதிலும் பட்டா எண் இடம்பெறும், உரிமையாளர் பெயரும் இடம்பெறும். புல எண் மற்றும் உட்பிரிவோடு மனையின் தரம், பரப்பளவு, பயன்பாடு, ஆகியவையும் இடம்பெறும். கிரையம் முடிந்த பட்டா மாற்றுதலுக்கான பணிக்கு அடுத்ததாக சிட்டாவிலும் உங்கள் பெயருக்கு மாற்றிக்கொள்ளுங்கள்.

அடங்கல்:

கிராம நிர்வாக அலுவலகத்தில் உள்ள ஏடு 'அடங்கல்' எனப்படும். கிராமத்தின் மொத்த சொத்துகள் அடங்கிய இந்த ஏட்டில், குறிப்பிட்ட நிலத்தின் பயன்பாடு பரப்பளவு யாருடைய பெயரில் உள்ளது என்ற விவரம் இதில் தெரிந்துவிடும். கிரையப் பத்திரத்தில் எழுதப்பட்டிருக்கும் சொத்தின் அளவும் அடங்கல் ஏட்டில் பதிவாகியுள்ள சொத்தின் அளவும் ஒரே மாதிரியானவையாக இருக்க வேண்டும். அடங்கல் ஏட்டில் நீங்கள் சொத்து யாரிடம் இருந்து வாங்கினீர்களோ அவரது பெயர் இடம் பெற்றிருக்கவேண்டும். அப்படி இருந்தால் மட்டுமே பட்டாவை பழைய ஓனர் பெயரிலிருந்து உங்கள் பெயருக்கு மாற்றம் செய்யும் நடைமுறை எளிதாகும். இல்லாவிட்டால் சொத்தை விற்றவர் வீட்டுக்கும், தாலுகா அலுவலகத்தில் உள்ள சர்வேயரின் அறைக்கும், கிராம நிர்வாக அலுவலகத்துக்கும் என நடைப்பயிற்சி செய்ய வேண்டியதிருக்கும்.

அ பதிவேடு:

சிட்டா, அடங்கல், 'அ' பதிவேடு இவை மூன்றுமே ஒன்றுக் கொன்று தொடர்புடையதைப் போன்றுதான் இருக்கும். சொத்தை

வெளிநபருக்கு விற்பனை செய்யும்போது அரசுத்துறையான வட்டாட்சியர் அலுவலகத்தின் தொடர்ச்சியாக கிராம நிர்வாக அலுவலகத்தில் பராமரிக்கப்பட்டு வரும் நிலத்தொடர்பான இந்தச் சான்றிதழ்களை வாங்கி வருவது நிலத்துக்கான உரிமையாளரை சொத்தின் முழு விவரத்தை தெரிந்துகொள்ளவும் உதவும்.

'அ' பதிவேடு கிராம நிர்வாக அலுவலகத்தில் பராமரிக்கப் படுகிறது. இதை 'ஹேர் லிஸ்ட்' என்பார்கள். கிராமத்தில் உள்ள தனிநபரின் நிலத்தின் தன்மை அதாவது நஞ்சை, புஞ்சை, இனாமாக வந்தது போன்ற குறிப்புகளோடு பயனாளரின் பெயர், புல எண், உட்பிரிவு ஆகிய விவரங்களும் அடங்கியிருக்கும். சிட்டா அடங்கல் 'அ' பதிவேடு இவையெல்லாம் அரசாங்கம் பராமரிக்கும் ஆவணங்கள். வரி வசூலிக்க அவர்கள் இந்தக் கணக்கை பராமரிக்கிறார்கள். லீகல் ஒபீனியன் கேட்டு வழக்கறிஞர் அலுவலகம் செல்லும்போது சொத்து பத்திரத்தோடு, பட்டா, சிட்டா, அடங்கல், 'அ' பதிவேடு ஆகியவற்றையும் கொண்டு சென்றால் லீகல் ஒபீனியன் பெற்று வரும் வேலை வெகு சுலபமாக முடிவடையும்.

FMB - ***வரைபடம்:*** Field Measurement Book:

திரைப்படங்களில் கதாநாயகன் அவருடைய கூட்டாளிகளுக்கு, அவர் செயல்படுத்தவிருக்கும் திட்டத்தை ஒரு வரைபடத்தை சுவற்றில் மாட்டிவிட்டு விளக்குவார். நாம் வாங்கவிருக்கும் இடத்திற்கான அப்படியான ஒரு வரைபடம்தான் FMB ஸ்கெட்ச். அந்த வரைபடத்தில், நாம் வாங்கவிருக்கும் இடம் எப்படி இருக்கிறது, அந்த இடத்தைச் சுற்றி நவகிரகங்களைப்போல கிழக்கு, வடக்கு, தெற்கு, மேற்கு என்று நான்கு எல்லையும் யாருக்கு பாத்தியப்பட்டது, தவிர அந்த இடத்தின் உரிமையாளரின் சர்வே எண்ணும் வரைபடத்தில் இடம்பெறும். அதனால் உரிமையாளர் யார் என்ற நிலையும் உறுதிப்படும்.

இந்த படத்தை யார் வரைந்து கொடுப்பார்கள்? வரைபடகலைஞர் யாரிடமாவது வரைந்து வரவேண்டுமா? என்றால், FMB வரைபடம் தயாரிப்பதற்கான அதிகாரம் தனிநபரிடம் இல்லை. FMB ஸ்கெட்ச்சானது அரசு வரையும் வரைபடம். கிராம நிர்வாக அலுவலகம் மற்றும் வட்டாட்சியர் அலுவலகங்களில் விண்ணப்பம் செய்து வரைபடங்களை பெற்றுக்கொள்ளலாம். FMB ஸ்கெட்சுக்கு ஒரு பிளாஷ் பேக் உள்ளது.

வருவாய்துறை ஆவணங்களை புதுப்பித்தல்: UDR (Updating Revenue Records)

1985 லிருந்து1987 வரை உள்ள காலக்கட்டத்தில் வருவாய்த்துறை ஆவணங்களைப் புதுப்பிக்கும் பணி நடைபெற்றது. அப்போது மீண்டும் நிலத்தை அளவீடு செய்து புதிய சர்வே நெம்பர், புதிய பட்டா ஆகியவை வழங்கப்பட்டன.புதிய நில அளவீடு செய்யும் போது ஏற்பட்ட குளறுபடிகள் இப்பொழுதுவரை பலதரப்பட்ட மக்களுக்கு அலைச்சலையும் மன உளைச்சலையும் உண்டாக்கியுள்ளது.

நிலத்தை விற்பனை செய்தவர் சுத்த விக்கிரையம் செய்து கொடுத்திருப்பார். வாங்கியவர் பத்திரத்தை இரும்பு பெட்டியில் பத்திரப்படுத்திவிட்டு தனக்குச் சொந்தமான நிலத்தில் விவசாயம் செய்து வருவார். ஐம்பது ஆண்டுகள் கழித்து திடீரென ஒருநாள் அலாவுதீன் விளக்கிலிருந்து கிளம்பிய பூதமாக ஒருவன் வருவான். ‘உங்கள் நிலத்துக்குப் பக்கத்திலுள்ள நிலத்தைத்தான் நான் வாங்கியுள்ளேன். நான் வாங்கியுள்ள நிலத்துக்கான பாதையில்தான் நீங்கள் விவசாயம் செய்து வருகிறீர்கள். அதனால் பயிர்களை அகற்றுங்கள். இல்லாவிட்டால் காவல் நிலையத்தில் புகார் கொடுப்பேன் என்று மிரட்டல் விடுப்பான். நிலத்தை வாங்கி ஐம்பது வருடங்கள் கழித்த பிறகு இதுமாதிரியான மிரட்டல் அஸ்திரத்தை யாரோ ஒருவன் வீசுகிறான் என்றால் அந்தத் தைரியத்தை அவனுக்குக் கொடுத்தது யார்? FMB வரைபடம்தான்.

(UDR திட்டம்) வருவாய்த்துறை ஆவணங்களைபுதுப்பிக்கிறேன் என்று களமிறங்கிய நில அளவையர்கள் செய்த தவறுதான் இன்றளவும் பல பேரின் நிம்மதியைக் குலைத்திருக்கிறது. புதுப்பித்த நில அளவீட்டைக் கொண்டு பீல்ட் மெஷர்மென்ட் புக் (FMB) என்ற வரைபடம் ஒன்றை வரைந்தார்கள். எப்.எம்.பி. வரைபடம் தான் உண்மையான சட்ட ஆவணம் என்றார்கள். வரைபடத்தில் எவ்வாறு உள்ளதோ அவ்வாறே சொத்தின் உரிமையும் கணக்கிடப்படும் என்ற மாயையை அவரவர் சௌகரியத்துக்கு எடுத்துக்கொண்டார்கள்.

கிரையப்பத்திரம் தான் மூல ஆவணம் என்பது எவரது மூளைக்கும் எட்டுவதில்லை. புதிதாக நிலத்தை அளவீடு செய்த 1987களில் நிலத்துக்குச் சொந்தக்காரரின் பத்திரத்தைக் கொண்டுதான் அளவீடு செய்தார்களா? பத்திரத்தைக் கொண்டு அளவீடு செய்திருந்தால், கிரையப் பத்திரத்துக்கும் FMB வரைபடத்துக்கும் இடையே இந்தியா பாகிஸ்தானுக்கிடையே உள்ளதைப் போன்ற இடைவெளி ஏற்பட்டிருக்காதே. நிலத்தின் உரிமையாளரின் நிலத்தின் ஒரு

பகுதியை இன்னொருவரின் நிலத்துக்கான பாதையாக வரைபடத்தில் குறித்தவரின் சிறு கவனக்குறைவுதான் அப்பாவி விவசாயிக்கு மன உளைச்சலையும் தீராத துயரத்தையும் நிம்மதியற்ற பொழுதையும், அளித்துள்ளது. அத்துடன் அல்லாமல் அவரின் சொந்த நிலத்தை அவருடையது என்று நிரூபிக்க அவர் நடையாக நடக்க வேண்டும்.

நில அளவீட்டின்போது உண்டான தவறுகளை FMB வரைபடத்தில் உண்டான பிழைகளைத் திருத்தும் அதிகாரம் DRO (District Revenue Officer) என்னும் மாவட்ட வருவாய்த்துறை அலுவலருக்கு மட்டும்தான் உள்ளது என்பதை உங்கள் அறிவுக்குள் ஆணி அடித்து வைத்துக்கொள்ளுங்கள். காவல் துறைஅலுவலர்களின் கெடுபிடி களுக்கோ, கட்டப்பஞ்சாயத்துக்கோ அடிபணிய வேண்டாம். கிரையப்பத்திரத்தின்படி உங்களுக்குரிய நிலத்தை நீங்கள் அனுபவித்து வருகிறீர்கள் என்றால் கவலைப்படத் தேவையில்லை. FMB வரைபடம், பட்டா சிட்டா அடங்கல் போன்ற அரசாங்கம் தயாரித்துக் கொடுத்த எந்த ஆவணத்தில் மாற்றம் இருந்தாலும் அவற்றில் திருத்தம் செய்ய இயலும். ஆனால் இதிலுள்ள ஒரே சிக்கல் என்னவென்றால் உங்களின் கறுநிற தலைமுடி, நரைக்கும் வரையிலும் பிழையான ஆவணங்களை திருத்தம் செய்வதற்கான நடைமுறைகள் இழுத்தடிக்கும், அவ்வளவுதான். உங்கள் புகார்களை மாவட்ட வருவாய்த்துறை அலுவலரிடமும் கொடுக்கலாம்.

புகார் மனு கொடுக்கச் செல்லும்போது அதைப் பெற்றுக்கொள்ள நேர்மையான அதிகாரி இருந்துவிட்டால் அது பாதிக்கப்பட்டவர் செய்த பாக்கியம். இல்லாவிடில் எதிர்வீட்டு நபர் அல்லது பக்கத்துக்கு நிலத்துக்காரர் கொடுக்கும் குடைச்சலுக்குப் பயந்து, கீழமை நீதிமன்றத்தில் சிவில் வழக்குத் தொடரவேண்டியதாகி விடும். வருவாய்த்துறை கொடுத்த ஆவணத்தில் பிழை என்று உயர்நீதிமன்றத்தில் ரிட் மனு செய்து, நீதிமன்ற நடைமுறை களுக்குள் நுழைய வேண்டிய நிர்பந்தத்துக்கு பாதிக்கப்பட்டவர் தள்ளப்படுவார்.

செலவு ஒருபுறம் வம்பு வழக்கு சண்டை சச்சரவு என்று நேர விரையம் மறுபுறம், அலைச்சல் மன உளைச்சல் இவையெல்லா வற்றையும் ஒருவர் தவறே செய்யாமல் தலையில் தூக்கிச் சுமக்கும் நிர்பந்தம் (UDR) வருவாய்த்துறை ஆவணங்களைப் புதுப்பிக்கும் போது தொடங்கியது தான். 1985 க்கு முன்பும் நிலத்தொடர்பான

வழக்குகள் குவிந்திருந்தன. ஆனால் தற்போது இதில் உண்டான பிழைகளால் சிவில் வழக்குகளின் எண்ணிக்கை மலையளவு குவிந்துவிட்டது.

2003ல் வருவாய்த்துறையின் ஆவணங்கள் கணினியில் பதியப்பட்டன. மனிதன் செய்த பிழையே இங்கு தாறுமாறாகக் கிடக்கும்போது கணினியும் தன் பங்குக்கு களத்தில் குதித்தது. பொதுமக்களிடம் புகார் குவிந்த நிலையில் 2014ல் வருவாய்த்துறை செயலாளர் பிழைகளைத் திருத்தும் நடவடிக்கைகளை எடுக்கும்படி மாவட்ட ஆட்சியர்களுக்கு சுற்றறிக்கை அனுப்பினார்.

'வருவாய்த்துறை அளித்த ஆவணத்தில் பிழை. அந்தப் பிழைகளைத் திருத்தம் செய்ய வருவாய்த்துறை முன்வரவில்லை. அதனால் நீங்கள் தீர்வுகொடுங்கள்' என்று வருவாய்த்துறையின் மீது ரிட் வழக்குகளும் குவிகின்றன.

வில்லங்கச் சான்றிதழ்:

ஒருவரின் ஜாதகத்தைப் போன்றது வில்லங்கச் சான்றிதழ். விற்பனைக்காக வந்திருக்கும் சொத்து தற்போது யார் வசம் உள்ளது? அதன் தற்போதைய உரிமையாளர் யார்? சொத்தானது யார் யாரிடமிருந்து கைமாறுகிறது? பணத்துக்கு ஈடாக சொத்துப் பத்திரத்தை அடகு ஆவணமாகக்கொடுத்திருக்கிறார்களா அல்லது குத்தகைக்கு விடப்பட்டிருக்கிறதா என்பது போன்ற விவரங்களை வில்லங்கச் சான்றிதழில் தெரிந்துகொள்ளலாம்.

சார்பதிவாளர் அலுவலகத்தில் விண்ணப்பம் செய்து இந்த வில்லங்கச் சான்றிதழைப் பெற்றுக்கொள்ளலாம். நிலம் வாங்கவிருக்கும் தேதியிலிருந்து சுமார் முப்பது வருடங்கள்வரை வில்லங்கம் சரி பார்ப்பது நல்லது. சொத்தை அடமானமாக வாங்கிக்கொண்டவர் அதை சார்பதிவாளர் அலுவலகத்தில் பதிவு செய்திருந்தால் மட்டுமே வில்லங்கச் சான்றிதழில் பிரதிபலிக்கும். தனிப்பட்ட நபரிடம் சொத்தை அடமானம் வைத்த கணக்கு இதில் பிரதிபலிக்காது. வில்லங்கச் சான்றிதழை இணையத்திலும் சரி பார்க்கும் வசதியுள்ளது.

கிரையப்பத்திரம், பட்டா சிட்டா அடங்கல், 'அ' பதிவேடு வரி செலுத்திய ரசீது, வில்லங்கச் சான்றிதழ் போன்றவை சொத்தின் உரிமையை எடுத்துரைக்கும் ஆவணங்களாகும். இவற்றுக்கெல்லாம் மூல ஆவணம் கிரையப்பத்திரம்தான்.

10

குத்தகை சட்டம்

வீடோ நிலமோ அரசாங்க சொத்தோ தங்களுக்கு உரிமையில்லாத ஒன்றை அனுபவிக்க கால வரையறையை நிர்ணயித்து, கால அவகாசம் முடியும் வரை அவற்றின் அனுபோக உரிமையை உரிமை மாற்றம் செய்துகொள்வது குத்தகை எனப்படும். இதை லீஸுக்கு எடுப்பது என்றும் சொல்வார்கள்.

நிலத்தைப் பொறுத்தவரை ஐந்து அல்லது பத்து ஆண்டுகள்கூட குத்தகைக்கு எடுக்கிறார்கள். குத்தகை காலம் முடியும்போது நிலத்தின் உரிமையாளரிடம் நிலத்தை ஒப்படைத்து விடவேண்டும். குத்தகைக்காகச் செலுத்திய பணத்தை நில உரிமையாளர் திரும்பக் கொடுத்து விடுவார்.

வீடு குத்தகைக்கு எடுப்பதைப் பலரும் சௌகரியமானதாகக் கருதுகிறார்கள். ஒரு வருடத்துக்கு இவ்வளவு தொகை என்று தொகையை நிர்ணயம் செய்துவிட்டு ஒரு வருடத்துக்கான தொகையை ஒரே தவணையாகச் செலுத்திவிடுகின்றனர். அதனால் மாதாமாதம் வாடகை கட்டவேண்டும் என்ற கட்டாயம் இதில் காணாமல் போகிறது. குத்தகையானது இருதரப்புக்கும் நன்மை தரக்கூடியதாக இருக்கிறது. குத்தகைக்கு விட்டவருக்கு ஒரே நேரத்தில் பெருந்தொகை கிடைப்பதால் தொழிலில் முதலீடு செய்ய,வீடு கட்ட, பிள்ளைகள் படிப்பு செலவு என்று கடன்படாமல் அவரது சுயத்தேவை பூர்த்தியாகிறது.

குத்தகைதாரருக்கோ வீட்டை வாடகைக்கு எடுத்தால் மாதந்தோறும் ஒரு தொகையை வாடகைக்காக ஒதுக்க வேண்டும். முன் பணமாக பெருந்தொகையை எடுத்து வைக்கவேண்டும். குத்தகையிலோ ஒரே தவணையாகக் கொடுப்பது சிரமமாக இருந்தாலும், அந்தத் தொகையானது குத்தகைக் காலம் முடிவுக்கு வரும்போது அப்படியே சுளையாகத் திரும்பக் கிடைக்கப் போகிறது. வாடகை யில்லா வீடு, குத்தகைக் காலம் முடியும் வரையிலும் வீட்டு உரிமை யாளரின் நச்சரிப்பிலிருந்து விடுதலைபோன்ற வசதிகளால் வீட்டை குத்தகைக்கு எடுக்க முன்வருகின்றனர். குத்தகை தொடர்பான சிக்கல்கள் எழும்போது அதனை தீர்த்து வைக்க குத்தகை சம்பந்தமான வழக்குகளை விசாரிக்க தமிழகத்தில் வருவாய் நீதிமன்றங்கள் செயல்படுகின்றன.

வருவாய் நீதிமன்றங்கள்:

சிவில் குடும்பநல நீதிமன்றங்களைப் போன்று வருவாய் நீதிமன்றங்கள் தமிழகத்தில் பத்து மாவட்டங்களில் செயல் படுகின்றன. இங்கு தனித் துணை வட்டாட்சியர் தலைமையில் குத்தகை சம்பந்தமான வழக்குகள் விசாரிக்கப்படும். தமிழகத்தில் பத்து மாவட்டங்களில் வருவாய் நீதிமன்றங்கள் செயல்படுகின்றது.

- ***கடலூர்:*** விழுப்புரம்,வேலூர், திருவண்ணாமலை, காஞ்சிபுரம், திருவள்ளூர்.
- ***திருச்சி:*** மணப்பாறை, திருவெறும்பூர், பெரம்பலூர், அரியலூர், சேலம், கரூர், புதுக்கோட்டை, நாமக்கல், தர்மபுரி, கிருஷ்ணகிரி, ஈரோடு, கோயம்புத்தூர், திருப்பூர் மற்றும் நீலகிரி.
- ***லால்குடி:*** லால்குடி, முசிறி, மண்ணச்சநல்லூர், துறையூர், தொட்டியம், ஸ்ரீரங்கம்.
- ***மதுரை:*** மதுரை, திண்டுக்கல், தேனீ, சிவகங்கை, ராமநாதபுரம், விருதுநகர்.
- ***திருநெல்வேலி:*** திருநெல்வேலி, தூத்துக்குடி, கன்னியாகுமரி.
- ***திருவாரூர்:*** திருவாரூர், குடவாசல், வலங்கைமான், நன்னிலம், நீடாமங்கலம்.
- ***மன்னார்குடி:*** மன்னார்குடி, திருத்துறைப்பூண்டி.

- **மயிலாடுதுறை:** மயிலாடுதுறை, தரங்கம்பாடி, சீர்காழி, குற்றாலம்.
- **நாகப்பட்டினம்:** நாகப்பட்டினம், கீழ்வேலூர், திருக்குவளை, வேதாரண்யம்.
- **தஞ்சாவூர்:** தஞ்சாவூர், ஒரத்தநாடு, திருவையாறு, கும்பகோணம், பாபநாசம், திருவிடைமருதூர், பட்டுக்கோட்டை, பேராவூரணி.

வருவாய் நீதிமன்றங்கள் ஐந்து சட்டங்களுக்கு உட்பட்ட வழக்குகளை விசாரிக்கிறது. முக்கியமாக குத்தகை தொடர்பான வழக்குகள். குத்தகைதாரர் பாதுகாப்பு, குத்தகை நிர்ணய சட்டங்கள் இவர்களைப் பாதுகாக்கின்றன. தனிநபருக்குச் சொந்தமான வீடு, நிலம் போன்ற சொத்துகளை குத்தகைக்கு விடுவது தவிர்த்து, அரசாங்கம் வாங்கிய நிலங்கள், புறம்போக்கு நிலங்கள் போன்ற அரசுக்குச் சொந்தமான சொத்துகளை அரசு தனி மனிதர்களுக்கு குத்தகைக்கு விடுகிறது. அரசின் குத்தகை கடல்போல பரந்துபட்ட எல்லையைக் கொண்டது.

குத்தகையின் வகைகள்:

பலதரப்பட்ட குத்தகைகள் இருக்கின்றன. சாதாரணமாக எல்லோரும் அறிவது வீடு குத்தகை. விவசாய நிலங்களை குத்தகைக்கு விடுதல், அரசுக்குச் சொந்தமான நிலங்களை விவசாயத்துக்காக குத்தகைக்கு வாங்குதல், அரசு நிலங்களை குத்தகை அறிவிப்பின் மூலம் தெரிந்து கொண்டு அதை குத்தகைக்கு எடுத்து வர்த்தகத்துக்காக உபயோகப் படுத்துதல். இதுபோல குத்தகையில் பல வகைகள் உள்ளது.

தமிழகம் முழுவதும் உள்ள இந்துக் கோயில்களுக்கென்று ஏராளமான சொத்துக்கள் உள்ளன. கோயில் சொத்துக்கள் என்றால் கோயிலைச் சுற்றி தேங்காய் வியாபாரத்துக்காகப் போட்டிருக்கும் பெட்டிக்கடைகள் என்று சர்வசாதாரணமாக ஒதுங்கிச் சென்று விடமுடியாது. ஒரு கோயிலுக்கே நூறு ஏக்கர் வரையிலும் நிலங்கள் உள்ளன. கோயில் நிலத்தில் கட்டப்பட்டிருக்கும் கடைகள், விவசாய நிலங்கள் என்று கோயிலுக்கான சொத்தை இந்து அறநிலையத்துறை பராமரித்து வருகிறது. கோயில் நிலங்களை பொதுமக்களுக்கு குத்தகைக்குவிட்டு அதிலிருந்து கிடைக்கும் வருவாய் அறநிலையத்துறைக்கு வந்து சேருகிறது.

கல்குவாரிகள் அமைக்கத் தேவைப்படும்இடத்தை குத்தகைக்கு விடப்படும் செய்தியை செய்தித்தாள்களில் அரசு விளம்பரம் செய்கிறது.

அதன் அடிப்படையில் குத்தகைதாரர்கள் தேர்ந்தெடுக்கப் படுகின்றனர்.

செய்தித்தாள் நிறுவனங்கள் அரசுடன் ஒப்பந்தம் செய்துகொண்டு கோயில்களுக்குச் சொந்தமான நிலங்களை மரங்கள் வளர்க்க குத்தகைக்கு எடுக்கின்றன.

சென்னையில் கிரிக்கெட் மைதானம் அமைந்துள்ள இடம் அரசுக்குச் சொந்தமானதுதான். சுமார் எட்டு ஏக்கர் பரப்பளவுள்ள அந்த நிலத்தை கிரிக்கெட் சங்கம் அரசிடமிருந்து குத்தகைக்கு வாங்கி யிருக்கிறது.அரசுக்குச் சேரவேண்டிய குத்தகை தொகை கோடிக் கணக்கில் நிலுவையில் உள்ளது என்பது நெருடலான செய்தி.

குத்தகை ஒப்பந்தப்பத்திரம்:

அரசின் மாதிரி குத்தகை ஒப்பந்தப்பத்திரம் எவ்வாறு இருக்கு மென்று தெரிந்துகொள்ளுவோம். கல்குவாரிக்கான நிலத்தை ஏலத்தில்விடத் தேர்ந்தெடுக்கப்பட்ட நபரிடம் குத்தகைக்கு விடும் அதிகாரம் வாய்ந்த அரசுஅதிகாரிகள் குத்தகை ஒப்பந்தத்தைச் செய்கின்றனர். நூற்றில் தொண்ணூறு சதவிகித கல்குவாரி குத்தகை ஒப்பந்தப் பத்திரத்தில், பின் வரும் நிபந்தனைகள் நிச்சயம் இடம் பெற்றிருக்கும். அவை என்னென்ன பார்ப்போம்.

குத்தகை நிபந்தனைகள்:

அரசுக்கு சொந்தமான நிலத்தை ஏலத்துக்கு எடுத்த நபர் நிலத்தின் விஸ்தீரணம் மற்றும் அளவை எவ்வளவு என்பதை அவருடைய சொந்தச் செலவிலேயே தாலுக்கா சர்வேயர் மூலம் அளவீடு செய்துகொள்ள வேண்டும்.

குத்தகை ஒப்பந்தப் பத்திரத்தை சார்பதிவாளர் அலுவலகத்தில் பதிவு செய்யவேண்டும்.

குத்தகை இடத்துக்குச் செல்ல பாதையை அவரது சொந்த செலவிலேயே அமைத்துக்கொள்ளவேண்டும்.

நடவுச் சீட்டைப் பராமரிக்க வேண்டும்.

வேலைக்குண்டான கணக்கை மாதந்தோறும் அனுப்பவேண்டும். அரசு சார்ந்த அதிகாரிகள் தணிக்கை செய்வார்கள்.

குத்தகையை எடுத்தவர் எக்காலத்திலும் அவருக்கு ஏற்படும் நஷ்டத்துக்கு ஈடு கேட்கக் கூடாது.

குத்தகை காலம் முடிந்ததும் குத்தகை நிலத்தை அரசிடமே ஒப்படைத்து விடவேண்டும்

உயிர்சேதமோ அல்லது பொருள் நஷ்டமோ ஏற்பட்டால் அதற்கு அரசாங்கம் பொறுப்பேற்காது.

ஏலத்தில் குத்தகைக்கு எடுத்த நபருக்கு அதை பெற்றுக் கொள்வதற்கான ஒப்பந்தக் கடிதத்தில் குத்தகையை ஒப்படைக்கும் அதிகாரம் கொண்ட அதிகாரிகள் குத்தகைக்கு ஏற்ப நிபந்தனைகளை வரிசைப்படுத்தி எழுதி வாங்குவர்.

மாதிரி - வீடு குத்தகை ஒப்பந்தப்பத்திரம்:

முதல் தெரு, ரங்கராஜபுரம், தாம்பரம், சென்னையில் வசிக்கும் சுமார் ஐம்பது வயதுடைய ரஞ்சனி த/பெ. கண்ணபிரான். (உரிமையாளர்) வன்னியர் தெரு, எண் - 5, கோட்டூர்புரத்தில் வசிக்கும் சுமார் முப்பத்தைந்து வயதுடைய காஞ்சனா த/பெ. கலியபெருமாள் (குத்தகைதாரர்) ஆகிய நாம் இருவரும் இணைந்து ஏற்படுத்திக்கொள்ளும் குத்தகை ஒப்பந்தப்பத்திரம்.

காளிகாம்பாள் நகர், தண்ணீர் தொட்டி தெரு, ஊரப்பாக்கத்தில் அமைந்திருக்கும் அனுசுயா சொசைட்டியில் கதவு எண் 12 என்ற எங்களுக்குச் சொந்தமான பிளாட்டை குத்தகைக்கு விடுவது பொருட்டு ஏற்படுத்திக்கொள்ளும் குத்தகை ஒப்பந்தப் பத்திரம்.

குத்தகைக் காலம் 10.11.2017முதல்9.11.2018 வரை.

இருவரும் சம்மதித்து நிர்ணயித்துக்கொண்ட குத்தகைத் தொகை ரூபாய் மூன்று லட்சம்.

குத்தகை எடுத்துக்கொண்ட வீட்டை யாருக்கும் உள்வாடகைக்கு விடக்கூடாது. மேலும் வீடு சட்டவிரோதமான காரியங்களுக்கு பயன்படுத்தக்கூடாது.

மின்சார கட்டணம், குடிநீர் கட்டணம், வீட்டு வரி, சொசைட்டி பராமரிப்பு கட்டணம் ஆகியவற்றைக் குத்தகைதாரரே செலுத்த வேண்டும்.

வீட்டுக்கு வெள்ளை அடித்தல் செலவை குத்தகைதாரரே ஏற்றுக் கொள்ளவேண்டும்.

மழை வெள்ளம் வீட்டுக்குள் வந்தால் ஏற்படும் சேதத்தையும் குத்தகைதாரரே ஏற்றுக்கொள்ளவேண்டும்.

குத்தகைதாரருக்கு வீட்டைக் காலி செய்யவேண்டுமென்றாலோ அல்லது உரிமையாளருக்கு வீடு தேவை என்றாலோ மூன்று மாதகால அவகாசம் நீட்டித்து அறிவிப்பு கொடுக்கவேண்டும்.

குத்தகை காலம் முடிவுக்கு வந்ததும் குத்தகை வீட்டைக் காலி செய்து விடவேண்டும். இரு தரப்பும் விரும்பினால் குத்தகையைப் புதுப்பித்துக்கொள்ளலாம்.

குத்தகைகொடுப்பவர்	குத்தகைதாரர்
ரஞ்சனி	காஞ்சனா
(கையொப்பம்)	(கையொப்பம்)

சாட்சிகள்:

கையொப்பம்	கையொப்பம்

1.கோகிலா - க/பெ தண்டபாணி

12/1, ராஜாஜி நகர், சென்னை

2. மஞ்சுளா க / பெ. அச்சுதன்

3வது குறுக்குதெரு, வி.கே. நகர், தாம்பரம்

குத்தகை ஒப்பந்தப்பத்திரம் இப்படித்தான் தயாரிக்கவேண்டும் என்ற நிபந்தனைகள் எதுவுமில்லை. மேற்கண்டவை, உதாரணமாக குத்தகை ஒப்பந்தப்பத்திரத்தைப் பற்றிய புரிதலுக்காக தயாரிக்கப் பட்டவை. அவரவர் சௌகரியத்துக்கு ஏற்றவாறு நிபந்தனைகளை வகுத்துக்கொள்ளலாம். குத்தகைதாரர் அல்லது உரிமையாளருக் கிடையே கருத்துவேறுபாடு எழுந்தால் அதனை நிவர்த்தி செய்ய அவர்கள் தயாரித்த குத்தகை ஒப்பந்தப்பத்திரம் உதவும்.

குத்தகை வழக்கு

தமிழகத்தில் மாஞ்சோலை என்று சொன்னாலே மனதுக்கு இதமான நினைவுகள் வந்து தாலாட்டும். இந்த குத்தகை வழக்கை படித்தபிறகு இனி மாஞ்சோலை என்றாலே இனம்புரியாத இறுக்கம் வந்து உங்களை வியாபித்துக்கொள்ளும். மரத்தைத் தின்று ஜீரணமாகிவிட்டது என்று ஏப்பம் விடக் காத்திருக்கும் தனியார் நிறுவனம் ஒன்றின் சொல்ல மறந்த கதைதான் இது.

அரசாங்கமானது அதனுடைய சொத்துகளை பொது மக்களுக்குக் குத்தகைக்கு விடுகிறது. விவசாயி கடனுக்கு வட்டி கட்டவில்லை என்று கழுத்தை நெறிக்கும் அரசு, பணமுதலைகள் குத்தகைப் பணத்தை காலா காலத்துக்கும் செலுத்தாவிட்டாலும் கண்டு கொள்ளாமல் அதனுடைய இரண்டு கண்களையும் இறுக மூடிக்கொள்கிறது.

சூப்பர் மார்க்கெட்டில் அரை கிலோ ஆப்பிள் அறுபது ரூபாய் என்று விலை ஒட்டி வைத்திருந்தால் மறுப்பேதும் சொல்லாமல் தொகையைச் செலுத்திவிட்டு வாங்கி வருகிறோம். பெட்டிக்கடை வைத்து பிழைப்பு நடத்தும் பாட்டி ஒரு கிலோ ஆப்பிள் ஐம்பது ரூபாய் என்று பாதிக்குப் பாதி விலைக்கு கொடுத்தாலும் பழத்தை எடுத்து நிறத்தைப் பரிசோதித்து, பழுது இருக்கிறதா என்று பழத்தைக் கிள்ளிப் பார்த்து, குவித்து வைத்திருக்கும் பழத்தில் பாதிக்கு மேல் நிராகரித்து கடைசியாக அரை கிலோ போதுமென்று வாங்கி வருவோம்.

தாழ்ந்தவனுக்கும் உயர்தட்டில் இருப்பவனுக்குமென நம்மிடம் எப்போதும் இரண்டு தராசு உண்டு இரண்டு நீதி உண்டு. இந்த விதி எல்லாத் தரப்பிலும் பொருந்தும். குத்தகை என்ற பாதுகாப்பு வளையத்தை தங்களைச் சுற்றி விரித்து வைத்துக்கொண்டு, அரசின் காப்புக்காடு திட்டம் எங்களுக்குச் செல்லாது என்று ஒய்யாரமாக கூடாரமிட்டு அமர்ந்து மலையை ஆட்சி செய்துகொண்டிருக்கும் ஒரு கார்ப்பரேட் நிறுவனத்தின் கதை இது.

திருநெல்வேலி மாவட்டம் அம்பாசமுத்திரத்தில் அடர்ந்த பசுமை நிறைந்த வனப்பகுதிதான் மாஞ்சோலை.

திருவிதாங்கூர் மன்னன் சிங்கம்பட்டி ஜமீன்தாரின் வசமிருந்த சுமார் 8373.57 ஏக்கர் நிலமானது மும்பையை தலைமை அலுவலகமாகக் கொண்ட பாம்பே பர்மா டிரேடிங் கார்ப்பரேஷன் லிமிடெட், சிங்கம்பட்டி குரூப் மாஞ்சோலை என்ற நிறுவனத்திற்கு 1929ல் தொண்ணூற்று ஒன்பது வருட காலத்துக்கு குத்தகைக்கு விடப்பட்டது. ஜமீன்தார் நில ஒழிப்பு மற்றும் காடுகளை அரசுக்கு ஒப்படை செய்யும் சட்டத்தின்படி நிறுவனத்திடம் காடுகளை ஒப்படைக்கச் சொல்லி அரசு கேட்டபோது நாங்கள் குத்தகைக்கு எடுத்துள்ளோம் அதனால் குத்தகைக்காலம் முடியும்வரையிலும் அவை எங்களுக்கு உரிமையானவை என்ற அஸ்திரத்தை பாம்பே பர்மா கம்பெனி கையில் எடுத்தது.

காபி, தேயிலை, மிளகு, ரப்பர் மற்றும் பயிர்வகைகளை பயிரிட்டுக் கொள்ளலாம் என்று குத்தகை ஒப்பந்தத்தில் அனுமதி வழங்கப் பட்டுள்ளது. ஒப்பந்தப்பத்திர நிபந்தனைகளின்படி மரங்களை வெட்டுவது, விற்பனை செய்வது போன்றவை தடை செய்யப் பட்டிருந்தது. மரங்களை வெட்டி விற்றால்தானே கொள்ளை லாபம் சம்பாதிக்க முடியும். ஆரம்பத்தில் எழுதிய குத்தகை ஒப்பந்தப் பத்திரத்தை அவர்களின் தேவைக்கேற்ப நிபந்தனைகளை தளர்த்திக் கொண்டு, குத்தகை ஒப்பந்தப்பத்திரத்தை மூன்று தடவை திருத்தம் செய்துள்ளனர். பிறகென்ன திருத்தத்துக்குப் பிறகு, மர விற்பனையைத் தொடங்கிவிட்டது நிறுவனம்.

பாம்பே பர்மா சிங்கம்பட்டி குரூப் நிறுவனத்துக்கு இன்னொரு கோரமுகமும் இருக்கிறது. அதனுடைய வரலாற்றுப் பக்கங்களைப் புரட்டினால் அதில் தேயிலை தோட்டத்தில் கூலியாக தங்கள் இளமையைத் தொலைக்கும் தேயிலைத் தொழிலாளர்களின் கண்ணீர் மிதக்கிறது. காலை உணவில் இரண்டு இட்லியைச் சேர்த்துக் கொடுங்கள், பத்துநிமிடம் லேட்டாக வர அனுமதியுங்கள் என்ற அடிப்படை தேவையை, கோரிக்கையைக்கூட நிறைவேற்றத் தவறிய முதலாளித்துவ முதலைகளிடம் போராட்டம் நடத்தித்தான் அந்த எளிய தொழிலாளர்கள் உரிமையைக் கேட்க வேண்டி வந்தது. இதனை கேள்விப்படும்போதே கூனிக்குறுக வேண்டியுள்ளது அல்லவா?

இதை விடக் கோரமான சம்பவமும் மாஞ்சோலையில் நிகழ்ந்திருக்கிறது. பர்மா நிறுவனத்துக்கு எதிராகப் போராட்டத்தில் இறங்கிய தொழிலாளர்களைக் கொத்துக் கொத்தாகக் கொன்று புதைத்த வரலாற்றின் பக்கங்கள் இன்றளவும் ஈரமாக உள்ளது.

தங்களின் நியாயமான கோரிக்கைகளுக்காக அமைதியாகப் போராடிய தொழிலாளர்களை அடித்து விரட்ட பர்மா நிறுவனம் அரசுக் காவலர்களை ஏவிவிட்டது. தங்களை ஆக்ரோஷமாக தாக்க முற்பட்ட காவலர்களிடமிருந்து தப்பிக்க போராட்டத்தில் கலந்து கொண்ட தொழிலாள மக்கள் ஆற்றில் இறங்கிச் சிதறி ஓடினார்கள். துரத்திய காவலர்கள் அவர்களை தேடிப்பிடித்து அடித்து உதைத்தும், கரையில் இருந்தவர்களை அடித்து ஆற்றில் வீசியும், ஆற்றில் மறைந்திருந்தவர்களைக் கொன்று தரையில் வீசியும் வன்முறையை தொழிலாளர்கள்மீது கட்டவிழ்த்து விட்டார்கள். அவர்களை கொடூரமாக ஒடுக்கமுற்பட்டார்கள். பாம்பே பர்மா சிங்கம்பட்டி குரூப் கம்பெனியை அரசே எடுத்து நடத்த வேண்டும் என்பதுதான் தேயிலை உழைப்பாளிகளின் கோரிக்கை.

அதற்காகத்தான் தொழிலாளர்கள் மீது இத்தகைய கோடூர வன்முறை வெறியாட்டம்.

முதலில் இந்த நிலம் பாம்பே பர்மா நிறுவனத்தின் கைக்கு எப்படிப் போனது தெரியுமா? சிங்கம்பட்டி ஜமீன் மன்னன் தனது பாத்யதையில் இருந்த 8700 ஏக்கர் நிலத்தை எதற்காக குத்தகைக்கு விட்டான் தெரியுமா? இதற்கான காரணத்தைத் தெரிந்து கொண்டால் வழக்கறிஞர் தொழில் செய்யும் யாரும் அந்த அதிர்ச்சியில் இருந்து மீளமாட்டார்கள்.

ஆமாம்! வக்கீல் பீஸ் தருவதற்காகத்தான் 8700 ஏக்கர் நிலத்தை குத்தகைக்கு விட்டாராம் சிங்கம்பட்டி ஜமீன்.

சிங்கம்பட்டி ஜமீன், கொலை வழக்கொன்றில் சிக்கிக்கொண்டு வழக்கு செலவுக்கான கட்டணத்தைப் புரட்டத்தான், கிட்டத்தட்ட எட்டாயிரத்து எழுநூறு ஏக்கர் நிலத்தை பாம்பே பர்மா நிறுவனத்துக்கு நூறுவருட குத்தகைக்குக் கொடுத்துள்ளார்.

நூறு வருட குத்தகையில் உள்ள இந்த பாம்பே பர்மா சிங்கம்பட்டி குரூப் கம்பெனியை தங்களுக்கே சொந்தமாக்கிக்கொள்ள வேண்டும் என்பது நிறுவனத்தின் விருப்பம். அதற்காக நிறுவனம் அனைத்துத் தரப்பிலும் முயற்சித்து, திருநெல்வேலி நீதிமன்றம், மதுரை நீதிமன்றம், சென்னை உயர்நீதிமன்றம் என்று ஏறி இறங்கியது.

வனத்துறை அலுவலர்கள் மாஞ்சோலை காட்டை மீட்டு அரசு வசம் ஒப்படைக்க எடுத்துக்கொண்ட முயற்சி திருவினையாகியது. கொத்தடிமைகளாக காலம்காலமாக மூச்சு விட்டுக்கொண்டிருந்த மாஞ்சோலை வாசிகள் சுதந்திர சுவாசம் சுவாசிக்கும் காலம் நெருங்கி விட்டது.

மாஞ்சோலை எஸ்டேட் பர்மா ட்ரேடிங் நிறுவனத்தின் வழக்குக்கு 19.1.18 அன்று தீர்ப்பு வந்துவிட்டது. நீதியும் நேர்மையும் இன்னும் மறித்துவிடவில்லை என்பதற்கு உதாரணமாகத்தான் அந்தத் தீர்ப்பு எல்லோரின் கவனத்தையும் ஈர்த்திருக்கிறது. மாஞ்சோலை தொடர்ந்து வனப்பகுதியாகவே நீடிக்கும் என்ற இரண்டு வரி தீர்ப்பில் நிறுவனத்தினரின் சப்த நாடியும் தளர்ந்து விட்டிருக்கும்.

பாம்பே டிரேடிங் நிறுவனத்தின் குத்தகை காலம் 2028ம் வருடத்துடன் முடிவடைகிறது. நிறுவனமானது இதுவரையிலும் முன்னூறு கோடி ரூபாய் பாக்கி வைத்துள்ளது. தீர்ப்பின்படி

முன்னூறு கோடி ரூபாயைச் செலுத்தவேண்டும் அத்துடன் 2028 வரையிலும் உள்ள பத்து வருட காலத்துக்கு குத்தகைத் தொகையாக 700 கோடி கட்ட வேண்டும் என்று நீதிமன்றம் உத்தரவிட்டுள்ளது. அதாவது நிறுவனமானது பத்தாயிரம் கோடி ரூபாயை அரசுக்குச் செலுத்தவேண்டும். இல்லையென்றால் இடத்தைக் காலி செய்து மாஞ்சோலையை விட்டு வெளியேற வேண்டும்.

நிறுவனத்தின் குத்தகை காலம் முடிவடைந்த பிறகு நிறுவனத்தின் பகுதிகள் வனப்பகுதியாக நீடிக்கும். அப்போது தாமிரபரணி ஆறு சுத்தமாகும் என்ற கனவு பலிக்குமென்று இயற்கை ஆர்வலர்கள் நம்புகின்றனர். இந்தத் தீர்ப்பைப்பெற வனத்துறையைச் சேர்ந்த அதிகாரிகள் தவமிருந்தார்கள். மாஞ்சோலையில் விவசாயம் செய்து அனுபோகத்தில் வைத்திருக்கும் நிலத்துக்குப் பட்டா வழங்க வேண்டும் என்று அங்கு வசிப்பவர்கள் இந்த வழக்கில் நீதிமன்றத்தில் கோரிக்கை வைத்தனர். ஆனால் நீதிமன்றமோ அதை நிராகரித்துவிட்டது. இந்த நெருடலை உதறிவிட்டு ஒட்டுமொத்த வழக்கையும் நோக்கும்போது நிச்சயம் நீதிமன்றத்துக்கு சல்யூட் சொல்ல ஒவ்வொருவரும் கடமைப்பட்டுள்ளோம். தீர்ப்பு வெளியான அந்த நாள் வனத்துறையினருக்கும் இதற்காகப் போராடியவர்களுக்கும் இன்னொரு சுதந்திர நாள்.

11

பாகப்பிரிவினை

பாகப்பிரிவினை என்றால் என்ன?

உயில் எழுதாமல் இறந்த நபரின் சொத்தை அவரது வாரிசுகள் அவர்களுக்குள் யாருக்கு எந்த சொத்து என்று சமமாக சமரசமாகப் பிரித்துக்கொண்டு அவற்றைப் பத்திரத்தில் எழுதி அனைவரும் கையெழுத்திட்டு சார்பதிவாளர் அலுவலகத்தில் பதிவு செய்வார்கள்.

ஒருவர் சுயமாகச் சம்பாதித்த அவரது சொத்தை யாருக்கு வேண்டுமானாலும் எழுதி வைக்கலாம். சொத்தின் உரிமையை மாற்றம் செய்துகொடுக்கலாம். இறந்த ஒருவரின் சொத்துக்கான உரிமையை விற்பனை, தானம், செட்டில்மென்ட் அடமானம், உயில் போன்ற வேறு எந்த வகையிலும் பிறருக்கு மாற்றம் செய்யப் படாத போது அவரது வாரிசுகள் தந்தையின் பெயரிலிருக்கும் உரிமை மாற்றம் செய்யப்படாத சொத்துகளை பாகப்பிரிவினை மூலம் அவர்கள் பெயருக்கு உரிமையை மாற்றம் செய்துகொள்வர்.

உதாரணம் 1:

காசி என்பவருக்கு மனைவி, மூன்று ஆண் பிள்ளைகள் மற்றும் ஒரு பெண் வாரிசு இவர்கள் அனைவரும் மனமுவந்து பாகப்பிரிவினை செய்ய முன்வருகிறார்கள் என உதாரணமாக எடுத்துக்கொண்டால் காசியின் சொத்து ஐந்து பாகமாக பங்கிடப்படும். பாகம் பிரிக்கும் போது நிலத்தோடு அவர் சேர்த்து வைத்திருக்கும் எல்லா சொத்துக்களும் சமமாக பங்கிடப்பட வேண்டும். இளைய பிள்ளை

உயர் கல்விக்காக பெரிய தொகையை அப்பா செலவழித்திருப்பார். இன்னொரு மகன் வாங்கிய கடனை அடைத்திருப்பார். மகளின் திருமணத்துக்காக நகைகள் வாங்கிக் கொடுத்திருப்பார். பாகப் பிரிவினையின்போது இது போன்ற விவாதங்கள் முன்னெடுக்கப்படும். வாரிசுகளில் யாருக்காவது குடும்பச் சொத்திலிருந்து பெருந்தொகை இறந்தவர் செலவு செய்திருந்தால் அந்தத் தொகையை கணக்கில் எடுப்பார்கள். வாரிசுகள் அவர்களுக்குள் சச்சரவுகள் இல்லாமல் பாகப்பிரிவினை செய்தார்கள் என்றால் அது அபூர்வமானதாகும்.

உதாரணம் - 2:

ஈஸ்வரன் என்பவருக்கு பங்கஜம் மற்றும் அஞ்சம்மாள் என்ற இரண்டு மனைவிகள். பங்கஜம் என்பவருக்கு ஓர் ஆண் ஒரு பெண் என இரண்டு வாரிசுகள். அதேபோல அஞ்சம்மாவுக்கு மூன்று ஆண்வாரிசுகள். ஈஸ்வரன் இறந்த பின் அவரது சொத்துக்களை பாகம் பிரித்தால்,

- *முதல் மனைவி (பங்கஜம்) - 1*
- *பங்கஜம் மகன் - 2*
- *பங்கஜம் மகள் - 3*
- *இரண்டாவது மனைவியின் முதல் மகன் - 4*
- *இரண்டாவது மனைவியின் இரண்டாவது மகன் - 5*
- *இரண்டாவது மனைவியின் மூன்றாவது மகன் - 6*

காலமான ஈஸ்வரன் சொத்தை ஆறு பாகமாக பாகப்பிரிவினை செய்யவேண்டும். முதல் மனைவி பங்கஜம் உயிருடன் இருக்கும் பொழுது அவரது கணவன் அஞ்சம்மாவை திருமணம் செய்து கொண்டது சட்டப்படி செல்லாது. ஆனால், அவரின் பிள்ளைகள் ஈஸ்வரனின் சட்டபடியான வாரிசுகளாவர். அதாவது ஆடு பகை, குட்டி உறவு.

இரண்டாவது மனைவி சட்டப்படி அங்கீகாரமற்றவள். ஆனால் அவள் மூலம் பிறந்த பிள்ளைகள் அங்கீகரிக்கப்படுகிறார்கள். சட்டத்தில் ஏன் இந்த பாரபட்சம் என்ற ஆதங்கம் எல்லோரிடமும் இருக்கிறது அதற்கான பதிலை நியாயத்தை வருங்காலத்தில் சட்டத் திருத்தம் கொண்டுவந்து நிவர்த்தி செய்வார்கள் என்று காத்திருப்போம்.

உதாரணம்3:

ரகுராமன் என்பவருக்கு மனைவி, மூன்று ஆண் பிள்ளைகள், ஒரு மகள். பாகப்பிரிவினை செய்யும்போது ரகுராமனின் மனைவி மற்றும் அவரது மூத்த மகனும் உயிரோடு இல்லை.

உயில் எழுதாமல் ரகுராமன் விட்டுச் சென்ற சொத்தின் பாகப்பிரிவினை:

- *ரகுராமனின் இரண்டாவது மகன் (1)*
- *ரகுராமனின் மூன்றாவது மகன் (2)*
- *ரகுராமனின் மகள் (3)*

ரகுராமனின் சொத்தை இவர்கள் மூவரும் சமமாகப் பங்கிட்டு பாகப்பிரிவினை செய்துகொண்டால் சட்டப்படி செல்லுமா?

நிச்சயம் இது முறையான பாகப்பிரிவினையாக இருக்காது, ஏனென்றால் சட்டப்படி இறந்த இந்து ஒருவரின் வாரிசுகள் யாரென்று கணக்கிடும்போது அவரது மனைவி மற்றும் பிள்ளைகள் என்பது தெரிந்ததுதான்.

சொத்துக்கு உரிமையாளரின் வாரிசும் உயிரோடு இல்லை என்றால் அந்த நபருக்குரிய சொத்தின் பாகமானது அவரது வாரிசுகளுக்குச் சென்றடையும். அதாவது ரகுராமனின் இறந்து போன மூத்த மகனின் மனைவி உயிரோடு இருந்தால் ரகுராமின் சொத்து நான்காக பிரிக்கப்பட்டு அதில் ஒரு பாகம் அவரது மூத்த மருமகளுக்குச் சொந்தமாகும். அவரது மருமகள் மகனை விவாகரத்துச் செய்திருந்தால் அவருக்கு பாகப்பிரிவினையில் பங்கு கேட்க உரிமையில்லை. அவர்களுக்கு வாரிசும் இல்லை என்றால் அத்தகைய சூழ்நிலையில் சொத்தை மூன்றாகப் பிரித்து பாகப்பிரிவினை செய்துகொள்ளலாம்.

ஒருவேளை ரகுராமனின் மூத்த மருமகள் விவாகரத்துப் பெற்றிருந்தாலோ அல்லது அந்தப் பெண்ணும் உயிரோடு இல்லாமலிருந்தாலோ மூத்தமகனின் வாரிசுகள் எத்தனை பேர் இருக்கிறார்களோ அவர்கள் அனைவருக்கும் மூத்த மகனுக்குரிய பாகம் சென்றடையும். இறந்த மூத்த மகனுக்குரிய பாக சொத்து அவரின் வாரிசுகள் அத்தனை பேருக்கும் சொந்தம் என்னும்போது ஒருவரின் பாகத்தைத் துண்டுகளாகப் பிரித்து உபயோகப்படுத்த முடியாது என்பதால், ரகுராமின் முதல் மகனின் பிள்ளைகள்

அவர்களில் ஒருவருக்கு சொத்தின் உரிமையைக் கொடுத்துவிட்டு அதற்குரிய தொகையை பங்கிட்டுக்கொள்வர். ஒற்றை வரியில் சொல்ல வேண்டும் என்றால் காலமான ரகுராமின் காலமான முதல் மகனின் பாக சொத்துக்கு அவரின் வாரிசுகள் அனைவரும் வாரிசாகிறார்கள்.

இறந்த நபருக்குச் சொந்தமாக ஒரு வீடு மட்டும்தான் இருக்கிறது வீட்டை பாகம் பிரிப்பது எவ்வாறு?

பரசுராம் என்பவருக்கு இரண்டு மகன் இரண்டு மகள்கள் என நான்கு பிள்ளைகள். அவருக்குச் சொந்தமாக இருந்தது ஒரு கிரௌண்டில் கட்டப்பட்ட வீடு மட்டும்தான். இது தவிர நிலமோ வேறெந்த சொத்துக்களோ இல்லை.

மணமாகி புகுந்த வீட்டுக்குச் சென்ற பெண்கள் அந்த வீட்டில் வசிக்கப்போவதில்லை. தாய்வீட்டுக்குப் பக்கத்திலேயே வாக்கப்பட்ட வீடு இருக்கிறதென்று வைத்துக்கொண்டாலும் மூன்றோ அல்லது நான்கு அறைகளோ கொண்ட வீட்டில் நான்கு குடும்பங்கள் வாழமுடியாது. அதேபோல அம்மா வீட்டில் எனக்கு வந்த பங்கு என்று அவர்களுக்குக் கிடைத்த பாகத்தை யாருக்கும் உள் வாடகைக்கும் விட முடியாது.

வீட்டின் மொத்த மதிப்பு அறுபது லட்சமாக இருக்கும் என வைத்துக்கொண்டால் நாலு வாரிசுகளுக்கும் இருபது லட்சம் என வரும். அதனை கணக்கிட்டு பெண்கள் அவர்கள் சகோதரர்களுக்கே அவர்களின் பங்கைக் கொடுத்துவிட்டு அதற்குண்டான தொகையை வாங்கிக்கொள்ளலாம். அல்லது வீட்டில் ஒரு குடும்பம் மட்டும்தான் வாழ ஏதுவாக இருக்குமென்றால் அந்த வீட்டை வாங்கிக்கொள்ள விரும்பும் ஒருவருக்கே வீட்டைக் கொடுத்து விட்டு அவரவர் பங்குக்குரிய தொகையை வாங்கிக்கொள்ளலாம். எங்களுக்குரிய பாகத்தை விற்கவும் மாட்டோம், அதற்கு ஈடான தொகையைக் கொடுத்தால் வாங்கவும் மாட்டோம்; வீடு எங்கள் கௌரவம் என்று வாரிசுகளில் ஒருவருக்கு பிணக்கு ஏற்பட்டாலும் நீதிமன்றத்துக்குச் சென்றுதான் தீர்த்துக்கொள்ள வேண்டியதாகும்.

'விளைச்சல் மிகுதியான பகுதியை மூத்தவன் எடுத்துக் கொண்டான், எனக்குக் கரிசல் காட்டை ஒதுக்கி விட்டான்' என்று ஒரு பொறி கிளம்பினால் போதும், 'அட அப்பாவி புள்ளப்பா நீ, உங்கண்ணன் உன்னை ஏமாத்திட்டானே. ஊர்ல நல்லது கெட்டது தெரிஞ்ச நாங்க இல்லையா. அப்படியே உன்ன விட்டுடுவோமா?' என்று

குடும்பத்துக்குள் சின்னதாக விழுந்த பொறியை ஊதி ஊதி நெருப்பு காடாக தீப்பற்றி எரியவிட அழையா விருந்தாளிகள் வந்து சேர்வார்கள்.

ஊர் நாட்டாமை, ஊர் பஞ்சாயத்து, பெரிய கவுண்டர், சின்ன கவுண்டர், வெறும் வாயில் அவலை மெள்ளத் தெரிந்த ஒருவர் என்று ஓரிடத்தில் குழுமுவார்கள். இந்திய அரசியலமைப்புச் சட்டம், சொத்து சட்டம், உரிமையியல் சட்டம் என இவை மூன்றையும் கரைத்துக் குடித்துவிட்டு வந்ததைப்போன்று உச்சநீதிமன்றத்தில் வாதாடும் தோரணையிலே பாயிண்டுகளை அள்ளி விடுவார்கள். இவர்கள் அலப்பறைகள் ஒரு பக்கமிருக்க, அடுத்த பக்கத்தில் அண்ணன் தம்பிகள் இருவரும் தனித்தனியாக அவர்கள் தரப்புக்கு வலு சேர்க்க என்று அவரவர் தரப்பு சொந்தங்களை அழைத்து வந்திருப்பார்கள். மூன்றாவதாக அவர்கள் வீட்டு பெண்கள் அவர்கள் தரப்புக்கு சோக ரசத்தைப் பிழிவார்கள்.

இறுதியாக வேறு வழியில்லாமல் மத்தியஸ்தம் செய்ய வந்தவர்களின் வார்த்தைக்கு உடன்படுவர். இவர்களில் யாராவது ஒருவரின் மனதிலாவது மனகசப்பு ஒட்டிக்கொண்டிருக்கும் என்பதை மறுப்பதற்கில்லை. 'நீதிமன்றத்துக்குச் சென்று நேரத்தை வீணடிக்க வேண்டுமா. உங்களுக்குள்ள யாராவது விட்டுக்கொடுங்கப்பா' என்ற ஒத்த குரல் எல்லாத் தரப்பிலிருந்தும் ஒலிக்கும். தன்னை விட அதிகமாக ஒற்றை ரூபாயைக்கூட உடன் பிறந்தவர்களுக்கு விட்டுக்கொடுக்க சம்மதமில்லாமல் கடைசிவரை சமாதானமாகாமல் சலிப்புடனே ஒரு மனதாக சம்மதிப்பார்கள். இந்தக் காட்சிகள் இல்லாத பாகப்பிரிவினைகள் அபூர்வமானவை. ஒத்த கருத்துடைய உடன்பிறப்புகளும் பாகத்தை பிரித்துக் கொள்வதற்காக நடக்கும் நிகழ்வில் கருத்து மோதல், கைகலப்பு, தகாத வார்த்தைப் பிரயோகம் என்று அன்றிலிருந்து ரத்த பந்தங்களும் ஜென்ம விரோதிகளாக மாறிவிடுவார்கள்.

விடுதலைப்பத்திரம் என்றால் என்ன?

கைதிகள் சிறைவாசத்தை முடித்துக்கொண்டு தண்டனைக் காலம் நிறைவடைந்ததும் விடுதலையாகி வெளியேறுவார்கள். அதைத்தான் விடுதலை என்கிறோம். சொத்து சட்டத்துக்கும் விடுதலைக்கும் என்ன தொடர்பு? தெரிந்துகொள்வோம்.

தந்தையின் சொத்தில் தங்களுக்குள்ள உரிமையை வேண்டாம் என்று கூறுபவர்கள் அதை உறுதிப்படுத்த எழுத்து பூர்வமாக எழுதிக் கொடுக்கும் ஆவணம் 'விடுதலைப்பத்திரம்' எனப்படுகிறது.

மூன்று பெண்கள் ஓர் ஆண் என நால்வர் பிறந்த குடும்பத்தில், பெண்கள் திருமணமாகி வாழ்க்கையில் செட்டில் ஆகிவிட்டார்கள் என வைத்துக்கொள்வோம். அப்பா சம்பாதித்த வீட்டை உடன் பிறந்தவனுக்கே விட்டுக்கொடுப்போம் என்று பெண்கள் முடிவெடுத்தால் சொத்தில் தங்களுக்கு பங்கு வேண்டாம் என்று வாய்மொழியாக உரைப்பர். இன்று வேண்டாம் என்பவர்கள் வருங்காலத்தில் யாருடைய தூண்டுதலினாலோ அல்லது அவர்களுக்கே தேவைப்படும்போதோ பங்கு கேட்டு வந்தால் கொடுக்க மாட்டோம் என்று சட்டப்படிமறுக்க முடியாது. அப்படி ஒரு சூழலை உருவாக விடாமல் தடுக்க வேண்டுமெனில் தகப்பன் சொத்தில் உரிமை வேண்டாம் என்று மறுதலிக்கும் அல்லது பெருந்தன்மையோடு விட்டுக்கொடுக்கும் நபர்களிடம் இருந்து அந்தச் சொத்திற்கு விடுதலைப் பத்திரம் எழுதி வாங்கவேண்டும் அதை அவர்கள் சொத்து அமைந்துள்ள பகுதிக்குட்பட்ட சார்ப்பதிவாளர் அலுவலகத்தில் பதிவும் செய்யவேண்டும்.

தான் சேர்த்து வைத்ததே போதுமானது, தமக்கைகள் தந்தையின் சொத்தை அனுபவிக்கட்டும் என்று கரிசனம் காட்டும் அண்ணன்களும் தம்பிகளும் இதே நடைமுறையைத்தான் பின்பற்ற வேண்டும். அம்மாவுக்கும் ஒரு பாகம் சேரும் என்பதால் பிற்காலத்தில் மகள்களின்மீதோ அல்லது மகன்களின்மீதோ ஒருதலைப்பட்சமாக இரக்கப்பட்டுவிடக்கூடும் என்பதற்காக அம்மாவிடமிருந்தும் விடுதலைப்பத்திரம் எழுதி வாங்கி பத்திரப்படுத்தி வைக்கும் கறார்காரர்களும் உண்டு.

உடன்பிறந்தவனே வைத்துக்கொள்ளட்டும் என்று விட்டுக் கொடுப்பது ஒரு ரகம். வலுக்கட்டாயமாக அவர்களிடமிருந்து உரிமையைப் பறித்தெடுப்பது இன்னொரு ரகம். திருமணமாகி புகுந்த வீட்டிற்கு வாழச் சென்ற மகள், தந்தை காலமானபிறகு சொத்தில் பங்கு கேட்டு வரும்போது அதே வீட்டில் வசித்து, அவருக்குச் சொந்தமான நிலங்களை தனதாக ஆண்டு அனுபவித்து வந்த ஆண் அதன் பாதி உரிமையை உடன் பிறந்தவளுக்கு விட்டுக்கொடுக்க சம்மதிப்பானா? குட்டிக் கரணம் போட்டாலும் வாசற்படியைக்கூட மிதிக்க விடமாட்டான்.

சொத்தில் பங்கு கேட்டு நீதிமன்றத்துக்குச் செல்வாயா, கவலையில்லை. உன்னால் ஆனதைப் பார்த்துக்கொள் என்று வீராப்பாக வசனம் பேசுவான். உறவுகளும் ஊரும் அவன் பக்கம் தான் நிற்கும். குடும்ப அரியணையில் மன்னனாக கோலோச்சும் அவனை எப்போதாவது விருந்தாளியாக வந்து செல்லும் சகோதரி விரட்டி விட முடியாது என்பது அவளுக்கே புரியும்போது, கசப்புகளைத் தவிர்க்க, அண்ணன் தம்பிகளுக்கு விட்டுக்கொடுத்து உடன் பிறந்தவன் நீட்டும் விடுதலைப் பத்திரத்தில் இசைவில்லாமல் இசைந்து கையெழுத்திடும் பெண்கள்தான் நாடெங்கும் வியாபித்திருக்கிறார்கள்.

தகப்பனின் சொத்தை இசைந்தோ அல்லது இசைவில்லாமலோ வேண்டாம் என்று மறுக்கும் வாரிசுதாரர்கள் யாராக இருந்தாலும் அவர்களிடமிருந்து விடுதலைப்பத்திரத்தில் எழுதி கையொப்பம் வாங்கவேண்டும். அதை பதிவும் செய்யவேண்டும்.

வாரிசு சான்றிதழ்:

இறந்த ஒருவருக்கு இவர்கள்தான் வாரிசு என்பதை உறுதிப்படுத்த உபயோகப்படும் சான்று, 'வாரிசு சான்றிதழ்'. வாரிசு சான்றிதழை வாங்க வட்டாட்சியர் அலுவலகத்தில் விண்ணப்பம் கொடுக்க வேண்டும். வாரிசு சான்றிதழ் வாங்கவேண்டும் என்றால் இறந்தவரின் இறப்பும் பதிவு செய்யப்பட்டிருக்க வேண்டும்.

இறந்தவர், உங்களிடம் கடன் கொடுத்ததாக எழுதி வைத்துள்ளார். நான்தான் அவரது வாரிசு என்று யாராவது வசூலித்துப் போன பிறகு இறந்தவரின் உண்மையான வாரிசுகள் வந்து நாங்கள்தான் இறந்தவரின் வாரிசுகள். கடனைத் திருப்பிச் செலுத்துங்கள் என்று கடனாளியிடம் கேட்கும்போது குழப்பம் ஏற்படும். கடன் வாங்கியவருக்குப் பெரும் நஷ்டம் உண்டாகும். அதனால் உண்மையான வாரிசே நேரில் சென்றாலும் கடனைத் திருப்பி கொடுக்க மறுப்பார். அப்போது வாரிசு சான்றிதழ் என்பது அவசியமாகிறது.

இறந்தவரின் வங்கிக் கணக்கில் சேமிப்பு அல்லது லாக்கர் இருந்தால் அவற்றை உபயோகிக்க இறந்தவரின் வாரிசு சான்றிதழ் கண்டிப்பாகத் தேவைப்படும்.

இறந்தவரின் சொத்தை விற்பனை செய்ய அல்லது அவருக்கு ஒரே வாரிசு இருந்தால் தந்தையின் பெயரில் கிரையமாகியிருக்கும் சொத்துக்களை அவரது பெயரில் மாற்றிக்கொள்ள, வாரிசுகள் அவர்களுக்குள் பாகப்பிரிவினை செய்துகொள்ள, அரசு வேலைக்கு

விண்ணப்பிக்க, இறந்தவரின் பெயரில் இருக்கும் அசையும் மற்றும் அசையா சொத்துக்களை உரிமை மாற்றம் செய்துகொள்ள வாரிசுரிமை சான்றிதழ் கட்டாயம் அவசியம்.

இறந்த நபருக்கு இரண்டு மனைவிகள் இருந்தால் தங்கள் பங்குக்கு அவரவர் வாரிசுகள் என கிளம்பி வருவர். அப்போது வட்டாட்சியருக்கு மட்டுமில்லாமல் வாரிசுகளுக்கும் குழப்பம் வந்துவிடும். அதனால் வாரிசுரிமை சான்றிதழ் கொடுக்க வட்டாட்சியர் மறுப்புத் தெரிவிக்க நேரிடும். அப்போது சிவில் நீதிமன்றத்தில் வழக்குப் பதிவு செய்து வாரிசு சான்றிதழைப் பெறவேண்டும்.

மனைவி, மணமான அல்லது மணமாகாத மகள், மகன் ஆகியோர் இறந்தவரின் வாரிசுகளாவர். இறப்பு பதிவு செய்யப்பட்டிருந்தால் தான் வாரிசு சான்றிதழ் வாங்க இயலும் என்பதை மறந்து விடாதீர்கள்.

வாரிசு சான்றிதழ் பெறுவதற்கு அவசியமான ஆவணங்கள்:

இறப்புச் சான்றிதழ், இருப்பிடச் சான்றிதழ், பூர்த்திசெய்யப்பட்ட விண்ணப்பம், குடும்ப அட்டை, ஆதார் அடையாள அட்டை ஆகியவற்றை வட்டாட்சியர் அலுவலகம் கொண்டு செல்ல வேண்டும். நீங்கள்தான் இறந்தவரின் உண்மையான வாரிசா என்பதை பரிசீலனை செய்து 15 நாட்கள் அவகாசத்தில் வாரிசு சான்றிதழ் வழங்கப்படும்.

இறங்குரிமை சான்றிதழ்: Succession Certificate

இறந்த நபர், நிறுவனங்கள் அல்லது பங்கு சந்தைகளில் பங்குகளை வாங்கி வைத்திருந்தால், நாங்கள்தான் இறந்தவரின் வாரிசுகள் என்று வாரிசு சான்றிதழைக் கொண்டு சென்றாலும் அங்கு வாரிசு சான்றிதழ் ஏற்புடையதாக இருக்காது. பங்குச் சந்தை நிறுவனங்கள் போன்றவற்றில் இறங்குரிமைச் சான்றிதழ் அவசியப்படுகிறது. வாரிசுரிமைச் சான்றிதழில் இடம் பெற்றிருக்கும் வாரிசுகள் ஒன்றுக்கு மேற்பட்டவர்கள் இருக்கும்போது இறந்தவரின் பங்கை யாரிடம் ஒப்படை செய்வது என்பதில் நிறுவனம் திண்டாடும். சட்டப்படியான வாரிசுகளும் தங்களிடம்தான் ஒப்படைக்க வேண்டும் என்று கேட்பார்கள்.

சட்டபடியான வாரிசுகள் அவர்களுக்குள் சமரசமாக ஒருவர் பேரை பரிந்துரைப்பார்கள் என வைத்துக்கொண்டாலும் இறந்தவருக்கு இன்னொரு குடும்பம் இருந்து அவர்களும் வாரிசுகள் என்று

தந்தையின் பங்கை நிறுவனத்திடம் கேட்பார்கள். இப்படி ஒவ்வொரு பங்குதாரரின் குடும்பங்களும் நிறுவனத்திடம் வந்தால் பங்குதாரரின் உண்மையான வாரிசுதாரர்கள் யார் என்ற குழப்பத்தை தீர்க்கவே நிறுவனத்துக்கு நேரம் சரியாயிருக்கும்.

பங்குதாரர்களின் பங்கை உரியவரிடம் ஒப்படைக்க வேண்டுமென்றால் அவரின் வாரிசுகள் சிவில் நீதிமன்றத்தில் இறங்குரிமைச் சான்றிதழுக்கு விண்ணப்பிக்க வேண்டும் வாரிசுகளின் கோரிக்கையின் அடிப்படையில் இறந்தவரின் அனைத்து வாரிசுகளும், இறந்தவர் முதலீடு செய்த பங்கைப் பெறலாம். அல்லது வாரிசுகள் ஒருமனதாகத் தேர்ந்தெடுத்த ஒரு நபரின் பேரில் பங்கை வழங்கலாம் அல்லது வாரிசுகளின் ஒருமனதான இசைவுக்கு ஏற்ப நீதிமன்றம் இறங்குரிமை சான்றிதழ் வழங்கும்.

இறங்குரிமைச் சான்றிதழ் பெறுவதற்குக் கட்டணமாக, இறந்தவர் நிறுவனத்தில் முதலீடு செய்த பங்கின் அளவை மதிப்பிட்டு அவற்றுக்கு நீதிமன்றத்தில் கட்டணம் செலுத்த வேண்டும்.

நீதிமன்றத்தில் மட்டும்தான் இறங்குரிமை சான்றிதழ் பெற முடியுமா?

அரசுப் பணியிலிருந்த நபர் பணிக்காலத்திலேயே காலமாகிவிட்டால், வாரிசு வேலை யாருக்கு? அவரின் பென்ஷன் பணம் யாருக்கு? இறந்த நபருக்கு மனைவி இரண்டு மகன்கள் ஒரு மகள் என மூன்று வாரிசுகள் இருக்கும்பட்சத்தில் இறங்குரிமைச் சான்றிதழை வாங்க நீதிமன்றத்துக்குத்தான் செல்லவேண்டும் என்றில்லை; முத்திரைத்தாளில் இறந்த நபரின் வாரிசுகள் ஒருமித்து ஒத்த முடிவெடுத்து அவர்களில் ஒருவருக்கு அரசு வேலை கொடுக்க தங்களுக்கு மறுப்பு இல்லை என்று அறிவித்து தாசில்தாரிடம் விண்ணப்பம் செய்துகொள்ளலாம்.

பாகப்பிரிவினைக்குப் பின் பட்டா:

பட்டா, கூட்டுப்பட்டா இதைப்பற்றி முந்தைய பிரிவுகளில் விளக்கி இருந்தாலும் பாகப்பிரிவினை பற்றி விளக்கும்போது கூட்டு பட்டாவைப்பற்றி மீண்டும் எழுதுகிறேன்

நிலத்தின் உரிமையாளர் பெயரில் பதிவாகியிருக்கும் பட்டாவானது பாகப்பிரிவினைக்குப் பின் பழைய சர்வே நெம்பரின் கீழ் எத்தனை பாகங்களாகப் பிரிக்கப்பட்டதோ அத்தனை பேரின் பெயரும் இடம்பெற்ற புதிய பட்டா உருவாகும். இதனை ‘கூட்டு பட்டா’ என்கிறோம்.

தந்தையின் சொத்தை பாகம் பிரித்துக்கொண்டோம், கிரைய பத்திரமும் கையில் இருக்கிறது, சொத்து நமதாகிவிட்டது என்று பத்திரத்தைப் பெட்டியில் வைத்துப் பூட்டி விட்டு நிம்மதியாக இருப்பவர்களின் கவனத்திற்கு, கொஞ்சம் விழித்துக்கொள்ளுங்கள் இதற்கடுத்து இன்னொரு நடைமுறை இருக்கிறது.

உட்பிரிவு (சப்டிவிஷன்):

ஒரு ஏக்கர் நிலம் உங்கள் தந்தையாரின் பெயரில் இருந்தது. அதை மூன்று வாரிசுகள் பாகம் பிரித்துக்கொண்டீர்கள் என்றால் நீங்கள் மூவரும் இணைந்து நிலத்தை உட்பிரிவு செய்யவேண்டும். மற்றும் உங்களின் பாகத்துக்குரிய தனிப்பட்டாவுக்கும் தாலுக்கா அலுவலகத்தில் விண்ணப்பிக்க வேண்டும். சப்டிவிஷன் செய்யவிருக்கும் சொத்தின் உரிமைக்கான கிரையப்பத்திரம் பட்டா, சிட்டா, அடங்கல் போன்ற ஆவணங்களின் நகல்களை தாலுக்கா அலுவலகத்தில் கொடுக்கும் விண்ணப்பத்துடன் இணைக்க வேண்டும். நீங்கள் சமர்ப்பித்த ஆவணங்கள் சரிபார்க்கப்பட்டு, நிலஅளவையர் நிலத்தை அளவீடு செய்யும் நாளை அறிவிப்பார்.

உட்பிரிவு பிரிப்பதற்கு அரசிடம் செலுத்தவேண்டிய கட்டணம் மிகக்குறைவுதான். ஆனால் நிலத்தைப் பார்வையிட்டு நில அளவை செய்வதற்கென்று நில அளவீட்டாளருக்கு தனியாகச் செலவழிக்க வேண்டியதாகிறது என்று பாகஸ்தர்களுக்குள்ளாக தயங்கி, அவர் செய்யட்டும் என்று இவரும் இவரே செலவழிக்கட்டும் என்று அவரும் தயங்கியபடி நிலத்தை உட்பிரிவு செய்யும் அவசியத்தை உணராமலேயே இருப்பர். பங்கிட்ட கையோடு உட்பிரிவு செய்வதற்கு முனைப்புக்காட்டாமல் பாகப்பிரிவினைக்குப் பிறகும் அந்த வரப்பிலிருந்து இந்தக் கல்வரை உள்ள நிலம் என்னுடையது என்று அவர்களே எல்லையைப் பிரித்துக்கொண்டு அனுபவித்து வருவர்.

குடும்ப நபர் அல்லாத வேற்று நபர்களுக்கு சொத்தை விற்க நேரிடும் போது உட்பிரிவுக்கான அவசியமும் கட்டாயமும் உண்டாகிறது. மூன்று பாகஸ்தர்கள் சொத்தை பங்கிடும்போது உட்பிரிவுக்குப் பின், ஒரே சர்வே நெம்பரின் கீழ் மூன்று உட்பிரிவு எண்கள் வரும். உதாரணம் பழைய சர்வே நெம்பர் 120என்றால் வாரிசுகள் மூவருக்கும் முதலாமவர் 120/1A, இரண்டாமவர் 120/1B, மூன்றாமவர் 120/1C என உட்பிரிவு எண்கள் ஒதுக்கப்படும்.

மூன்றாகப் பிரிக்கப்பட்ட சொத்தின் சர்வே நெம்பர் மூவருக்கும் 120 எனப் பொதுவானதாக இருக்கும். ஆனால் உட்பிரிவு எண்கள்தான்

மாறுபடுகிறது. உங்களுக்குரிய சர்வே நெம்பருக்குரிய பட்டாவில் உங்களுக்கான பாக சொத்தின் அளவு எழுதப்பட்டிருக்கும். அதில் பட்டாவின் உரிமையாளர் என்ற இடத்தில் தற்போதைய உரிமையாளரின் பெயரிருக்கும். இந்த நடைமுறைக்குப் பிறகு உங்களுக்குரிய சொத்தை விற்பனை செய்வதில் எந்தச் சிரமமும் ஏற்படாது. பாகப்பிரிவினை அதனைத் தொடர்ந்து பத்திரப்பதிவு, சப்டிவிஷன் தனிப்பட்டா, சிட்டா, அடங்கல் ஆகிய அனைத்து ஆவணங்களிலும் நீங்கள், சொந்தமாக சட்டப்படி கருதும் நிலத்தின் உரிமையாளர் நீங்கள்தான் என்பதை உறுதிப்படுத்த எல்லா ஆவணங்களிலும் உங்களின் பெயர் இடம் பெற்றுவிடும்.

ஐந்து அல்லது பத்து வருடங்களுக்கு பிறகு நீங்கள் உங்களின் சொத்தை விற்கும் அவசியம் ஏற்படும்போது சப்டிவிஷன் தனிப்பட்டா இருந்தால்தான் வாங்குவோம் என்று நிலத்தை வாங்குபவர் கோரிக்கை வைப்பார். அப்போது அதற்கான வேலைகளில் ஈடுபட்டு செயல்படுத்தி முடிப்பதற்குள் மாதங்கள் பல உருண்டோடிவிடும். நிலத்தை விற்பவர்கள் பெரும்பாலும் திருமணச் செலவு, புதிதாக நிலம் வாங்க, கடன் தொகையைச் செலுத்த, இது போன்ற அவசர நெருக்கடிக்காகத்தான் அவர்களின் நிலத்தை விற்பனை செய்ய முன் வருவார்கள். அத்தகைய நெருக்கடியான காலகட்டத்தில், சப்- டிவிஷன், தனிப்பட்டா இல்லாவிட்டால் சொத்துவிற்பனை செய்ய காலதாமதமாகும். அதனால் முன் ஏற்பாட்டோடு இதனை வாங்கி வைத்துக்கொள்ள வேண்டும்.

கிரையப்பத்திரம் ஓர் அலசல்:

கிரையப்பத்திரத்தில் இடம் பெறும் வாசகங்கள் விளங்கிக் கொள்ளும் வகையில் இருக்காது என்பது தெரிந்ததுதான். இருந்தாலும், கிரையப்பத்திரத்தில் கையெழுத்துப் போடுவதற்கு முன்பாக சில விஷயங்களையாவது சரிபார்க்கலாமே. முக்கியமாக சர்வே நெம்பர். எழுதிக் கொடுத்தவர் கைதேர்ந்த பத்திர எழுத்தராகவோ அல்லது வழக்கறிஞராகவோ இருப்பார். ஆனால், அதை தட்டச்சு செய்யும்போது எழுத்துப் பிழைகள் வருவது இயல்பு. ஆனால் அதனை கவனிக்காமல் விட்டுவிட வேண்டாம். பிழைகள் எழுத்தில் என்றால்கூட பெரிய மாறுதல்கள் நிகழப் போவதில்லை என்று தவிர்த்து விடலாம். பிழைகள் சர்வே நெம்பரில் வந்துவிட்டால் முதலுக்கே மோசமாகிவிடும்.

சர்வே நெம்பர் 2Aஎன்பதற்குப் பதிலாக தவறுதலாக 2B என்று தட்டச்சாகி அதை நீங்கள் கவனிக்காமல் விட்டிருந்தால் நீங்கள் வாங்கிய சொத்துக்கே நீங்கள் உரிமையாளராக மாட்டீர்கள் என்பதை மறந்துவிடாதீர்கள். கிரையம் முடிந்து பத்திரம் கைக்கு வந்தபிறகு சாவகாசமாகப் படிக்கும்போது பிழையை நீங்கள் கண்டுபிடித்தால் அதன் பிறகு பிழைத்திருத்தம் பத்திரம் எழுதி அதையும் பதிவு செய்யவேண்டும். செலவு, அலைச்சல் என்று உங்கள் நிம்மதியை அலைகழித்து விடும். பிழைத்திருத்தல் பத்திரத்தையும் பிழையாக அச்சிட்டு அதிலும் மேனுவலாக திருத்தம் செய்யும் பிரகஸ்பதிகளும் உண்டு.

விக்கிரைய ஒப்பந்தப் பத்திரத்தில் கிரையம் கொடுப்பவர் வாங்குபவரின் முகவரி இடம் பெரும். சொத்தின் பூர்வீகம் யாரிடமிருந்து உங்களுக்கு உரிமையானது என்ற விவரங்களும் இடம் பெறும்.

மனையின் சுற்றளவு விவரம்:

கிழக்கிலிருந்து மேற்காக வடக்குப்பக்கம் -

கிழக்கிலிருந்து மேற்காக தெற்குப்பக்கம் -

வடக்கிலிருந்து தெற்காக மேற்குப்பக்கம் -

வடக்கிலிருந்து தெற்காக கிழக்குப்பக்கம்-

இதற்கு பரப்பளவு

நான்கு எல்லைகள்:

வடக்கில் - குமுதா வீடு

தெற்கில் - பரசுராமன் நிலம்

கிழக்கில் - ரோடு

மேற்கில்- கன்னியம்மாள் நிலம்

இதன் மத்தியில் உள்ள சொத்து.

துரிதமான செய்தி: கிரையப்பத்திரத்தில், சர்வே நெம்பர், இருதரப்பினரின் விவரங்கள், நில அளவை, நான்கு எல்லைகள் விவரம், சொத்தை வாங்கச் செலுத்தப்பட்ட தொகையின் விவரங்கள், வாங்கும் சொத்துக்குரிய சந்தை மதிப்பை காசோலையாகவோ அல்லது வரைவோலையாகவோ செலுத்துவர். அதனால், காசோலை எண்ணையும் குறிப்பிடவேண்டும். சொத்தின் விலை நாற்பது லட்சம். அதன் சந்தை மதிப்பு இருபது லட்சம் மட்டும்தான்.

அதனால் சந்தை மதிப்புக்குண்டான தொகை செலுத்திய விவரத்தைத்தான் கிரையப் பத்திரத்தில் எழுத முடியும். மீதமுள்ள இருபது லட்ச ரூபாயை பணமாகவோ அல்லது காசோலை மூலமாகவோ செலுத்தியிருந்தால் அதற்கான அத்தாட்சி தேவை என்பதால் பெரும்பாலானோர் தனி முத்திரைத்தாளில் எழுதி விற்பனை செய்பவரிடம் கையொப்பம் வாங்கி வைத்துக் கொள்வார்கள்.

நவம்பர் 2017 அன்றைய தேதியிலிருந்து கிரையப்பத்திரத்தை ஆன்லைனில் பதிவு செய்வதற்கான நடைமுறைகள் அமலுக்கு வந்துள்ளது.

பாகப்பிரிவினை என்றால் என்ன என்று உங்கள் நெற்றியில் ஒற்றை விரல் வைத்து அழுத்தினால் ஞாபகத்துக்கு வரவேண்டிய விஷயங்கள்:

- சொத்துக்கு உரிமையாளர் உயிரோடு இல்லை என்றால் இறப்பு சான்றிதழ்.
- இறந்தவருக்கு எத்தனை வாரிசுகள் என்பதை உறுதிப்படுத்தும் வாரிசு சான்றிதழ்.
- உடன் பிறந்த அக்கா தங்கை ஆகியவருக்கும் பாகத்தில் பங்கு அல்லது அதற்கு ஈடான தொகை.
- சொத்து வேண்டாம் என்று மறுதலிப்பவரிடம் இருந்து விடுதலைப்பத்திரம்.
- பாகஸ்தர்கள் அவர்களுக்கான பாகத்தை சப்டிவிஷன் செய்ய வேண்டும்.
- சப்டிவிஷனுக்கு பின்பு தனிப்பட்டாவுக்கு விண்ணப்பம் செய்ய வேண்டும்.
- பட்டா, சிட்டா, அடங்கல் ஆகியவற்றில் உரிமையாளரின் பெயர் மாற்றம் ஏற்பட்டு விட்டதா என்று சரி பார்த்துக் கொள்ளுதல்.
- அ பதிவேடு மற்றும் FMB வரைபடத்திலும் சரிபார்த்துக் கொள்வது அவசியம்

12

சொத்து தானம், சொத்து செட்டில்மென்ட் மற்றும் உயில் தானம்

சொத்துரிமை மாற்றுச் சட்டம் 1882 பிரிவு 122 ல் (Transfer of property act) தானம் கொடுப்பவர் யாருடைய வற்புறுத்தலும் இல்லாமல் தானே மனமுவந்து அசையும் மற்றும் அசையா சொத்துக்களை மற்றொருவருக்கு எழுதிக் கொடுப்பவர் டோனோர் (Donor) எனப்படுகிறார். தானம் பெறுபவர் (Donee) எனப்படுவார்.

தானம் என்றதும் அனைவரின் கண் முன்னே கர்ணன் வந்து செல்வார். மகாபாரதத்தில் பரமாத்மா கிருஷ்ணரிடம் சென்ற தர்மன், 'தானம் செய்வதில் கர்ணன்தான் சிறந்தவன் என்று ஏன் சொல்கிறார்கள்?' என்று கேட்டான். அதற்கு பரமாத்மா இருவருக்கும் ஒரு பரிசோதனையை வைத்தார்.

பரமாத்மா இருவருக்கும் தலா ஒரு தங்க மலையைக் கொடுத்து அன்றைய மாலைப் பொழுதுக்குள் அந்த மலையை தானம் கொடுத்து முடித்திருக்க வேண்டும் என்றார். தர்மன் அவனுக்குக் கொடுத்த மலையை சிறிது சிறிதாக வெட்டி தானம் செய்யத் தொடங்கினான்.

கர்ணனோ தன்னிடம் முதலில் வந்து தானம் கேட்டவனுக்கே, 'இந்தா இந்தத் தங்கமலையை ஏற்றுக்கொள்' என்று அப்படியே முழுமலையையும் தானம் அளித்துவிட்டு கிருஷ்ணன் தனக்கு இட்ட பணியை முடித்து விட்டான்.

தானம் என்றால் கர்ணன் என்று எதற்காகக் கூறுகிறார்கள் என்று அப்போதுதான் தர்மனுக்கு புரிந்தது என்று கதை உண்டு.

இந்தக் கதை எதற்கென்றால் தானம் என்பது ரத்த பந்தங்களுக்கு மட்டும்தான் கொடுக்க முடியும் என்று பலர் தவறான கண்ணோட்டத்துடன் இருக்கின்றனர். தனக்கு உரிமையான ஒன்றை யாருக்கு வேண்டுமானாலும் தானமாக எழுதிக்கொடுக்கலாம். ரத்த பந்தங்களுக்கு தானமாக எழுதிக்கொடுத்தால் முத்திரைத்தாள் மற்றும் பத்திரப்பதிவுக்கான செலவு குறைவு. ரத்தபந்தமில்லாத ஒருவருக்கு தானம் கொடுக்கும்போது முத்திரைத்தாள் மற்றும் பத்திரப்பதிவுக்கான கட்டணம் கூடுதல். அதனால் தங்களுக்கு சட்டப்படி உரிமையான சொத்தை அவரவர் விருப்பப்படி யாருக்கு வேண்டுமானாலும் தானம் கொடுக்கலாம்.

ஒரு பிடி மண்ணை சொந்த உறவுக்கே கொடுக்க மனம் வராத மனிதர்களுக்கு மத்தியில், உறவல்லாதவர்களுக்கு சொத்தை தானம் செய்பவர்களும் உண்டு என்றால் நம்புவது கடினம்தான். சொந்தங்களுக்கு சொத்தை கொடுக்கும் தானம், உறவில்லாத மற்றவர்களுக்கு சொத்தை கொடுக்கும் தானம் என தானத்தில் இரண்டு வகை உண்டு. பொதுவாக தானம் செய்யும் நடைமுறைகள் என்னென்னவென்று பார்ப்போம்.

யார் யாருக்கு தானம் கொடுக்க முடியும்:

ஒருவர் தான் சுயமாக சம்பாதித்த சொத்தை அவரது ரத்த பந்தங்கள் யாருக்கு வேண்டுமானாலும் தானம் கொடுக்கலாம். உறவாக இருக்கலாம், வெளிநபராக இருக்கலாம், தொண்டு நிறுவனங்களாக இருக்கலாம். அப்பா அம்மா, கணவன் மனைவி, சகோதரன் சகோதரி, மகன் மகள், பேரன் பேத்தி இவர்கள் ரத்த பந்தத்துக்குள் வருவார்கள். ரத்த சொந்தங்களுக்கு சொத்தை தானம் கொடுத்து உரிமை மாற்றம் செய்தால் அதை பதிவு செய்ய முத்திரைத்தாள் செலவு அதிகபட்சமாக ரூபாய் 25,000, மற்றும் பதிவு செய்வதற்குண்டான கட்டணம் 5000. தற்போது இந்தக் கட்டணம் நான்கு சதவிகிதம் உயர்த்தப்பட்டுள்ளது. ஒருவருக்கு முழு உரிமையாகாத அல்லது பாகம் பிரிக்காத பரம்பரை சொத்தை தானமாகக் கொடுக்க முடியாது.

ஒருவர் தான் சுயமாக சம்பாதித்த சொத்தை உறவு அல்லாத ஒருவருக்கு தானம் செய்யும்போது சொத்தின் சந்தை மதிப்பில்

முத்திரைத் தாள் கட்டணம் 8%, பதிவுக்கட்டணம் 1% என செலுத்த வேண்டும்.

ஒருவருக்கு மனைவி குழந்தைகள் என குடும்ப உறவுகள் உயிரோடு இருப்பார்கள். இருந்தாலும், அவர் சுயமாக சம்பாதித்து வாங்கிய சொத்தை உறவுகளுக்குக் கொடுக்காமல் தொண்டு நிறுவனங்களுக்கோ அல்லது தனிப்பட்ட நபருக்கோ தானம் கொடுக்க விரும்பினால் அதை யாரும் தடுக்க முடியாது.

அதே போல ஒருவருக்கு இரண்டு மனைவிகள் இருந்து முதல் மனைவி மற்றும் முதல் மனைவியின் வாரிசுகளைத் தவிர்த்துவிட்டு இரண்டாவது மனைவியின் பெயரில் சொத்தை தானம் கொடுத்து அதை பதிவும் செய்கிறார் என்று வைத்துக்கொள்வோம். பிற்காலத்தில் அவர் மனம் மாறி தானம் கொடுத்த சொத்தின் பாதியை முதல் தார குடும்பத்துக்கு உரிமை மாற்றம் செய்ய விரும்புகிறார் என்றால் அது சாத்தியமாகாது.

மருத்துவமனையில் அனுமதிக்கப்பட்ட நோயாளிக்கு ரத்த தானம் கொடுக்கிறார் ஒருவர். ஒரு நாள் கழித்து வந்து உன் உடம்பில் ஏற்றிய ரத்தத்தைத் திருப்பிக் கொடு என்று கேட்க முடியுமா? அதுபோலத்தான் ஒருதடவை தானப் பத்திரம் பதிவு செய்து விட்டால் அதனை ரத்து செய்யமுடியாது. மோசடியால் தானம் பெறப்பட்டுள்ளது என்றால் அதை எதிர்த்து வழக்குப் போடலாம். தானம் கொடுத்தவர், வாங்கியவர் இருதரப்பும் சம்மதித்தால் தானப் பத்திரத்தை ரத்து செய்ய வாய்ப்புண்டு.

தானம் செய்வதில் சொத்தினை வாங்குபவருக்கும் விற்பவருக்கு மிடையே பணப்பரிவர்த்தனை இடம்பெறாது.

செட்டில்மென்ட் (Family settlement)

வாரிசுகள் இசைந்து குடும்ப சொத்தை அவர்களுக்குள் பங்கிட்டுக் கொள்வது 'குடும்ப சொத்து செட்டில்மென்ட்' எனப்படுகிறது. பெரும்பாலான இந்துக் கூட்டுக் குடும்பங்களில் குடும்பத் தலைவனின் காலத்துக்குப் பின்பு, அவரின் வாரிசுகள் சொத்துகளைப் பங்கிட்டுக்கொள்ள முனைப்பு காட்டுவார்கள். ஆரம்பத்திலேயே உறுப்பினர்களுக்கு பொதுவான ஒரு நபர் மத்தியஸ்தராக இருப்பார். சொத்து, நகை, பண்டப் பாத்திரங்கள் என அத்தனையும் பொதுவில் வைக்கப்படும்.

அம்மாவின் தங்க நகைகளில் ஒன்றோ இரண்டோ, புடவைகள் மற்றும் பத்தாயிரம் தொகை என்று தானமாக அந்த வீட்டில் பிறந்த பெண்களுக்கு கொடுத்து கணக்கை முடித்த காலம் பின்னோக்கிச் சென்றுவிட்டதாலும், 'எனக்கும் சம பங்கு இருக்கு. பங்கிற்கு ஈடான தொகையைக் கொடு' என்று பெண்களும் கொடி பிடிப்பதாலும் செட்டில்மென்ட் களம் சூடுபிடிக்கிறது.

குடும்பத்தலைவர் வாழும்போதே அவரது வாரிசுகளுக்கு சொத்துக்களை செட்டில்மென்ட் செய்து கொடுப்பதும் உண்டு. தன் வாழ்நாளுக்குப் பின் தமது பிள்ளைகள் சொத்துக்காக சண்டையிடக் கூடாது என்று குடும்பத் தலைவர் நினைத்தால், அல்லது அவரது பிள்ளைகளே, 'எனக்கு என் பாகத்தை பிரித்துக் கொடுத்துவிடுங்கள். நான் சுயமாக தொழில் செய்யப்போகிறேன்' என்றுநச்சரித்தால் கட்டாயத்துக்குள்ளாகும் குடும்பத்தலைவர் செட்டில்மென்ட் உடன்படிக்கைக்கு சம்மதத்தைத் தெரிவிப்பார்.

செட்டில்மென்ட் பத்திரத்தை ரத்து செய்ய இயலுமா?

செட்டில்மென்ட் பத்திரத்தை ரத்து செய்ய இயலுமா, இயலாதா என்ற கேள்வியை சட்ட வல்லுனர்களிடம் கேட்டாலும் சற்று யோசிக்கத்தான் செய்வார்கள்.

குடும்பத் தலைவர், தான் உயிரோடு இருக்கும்போதே தன் வசமுள்ள சொத்துகளை வாரிசுகளுக்குப் பிரித்து செட்டில்மென்ட் செய்து, பத்திரத்தையும் பதிவு செய்து விட்டார். பின்னர் வருங்காலத்தில் இருதரப்பினர்களுக்கிடையே மனஸ்தாபமோ அல்லது வேறு காரணங்களுக்காகவோ கருத்து வேறுபாடுகள் தோன்றி, 'நான் சம்பாதித்த சொத்துதானே, நான்தானே செட்டில்மென்ட் செய்து கொடுத்தேன். இப்போது அதை ரத்து செய்கிறேன்' என்று செட்டில்மென்ட் செய்தவரே திரும்ப விரும்பினாலும் சட்டத்தில் அதற்கான வழிகள் இருட்டடைப்பு செய்யப்பட்டுள்ளது. உண்மையில் சொத்து செட்டில்மென்ட் பத்திரத்தை ரத்து செய்ய சாத்தியமில்லை. ஆனால் சில சந்தர்ப்பங்களில் அதற்கு வாய்ப்புண்டு.

தந்தையானவர் சொத்தை பங்கிட்டு யார் யாருக்கு எந்தப் பங்கு என்பதையும் விரிவாக எழுதி உறுதி செய்த பின்னர், அவர் காலமான பிறகு பிரிக்கப்பட்ட சொத்தின் உரிமை மகன், மகள்களைச் சேரும் என்றோ அல்லது,

குடியிருக்கும் வீட்டை மகனுக்கு செட்டில்மென்ட் செய்து கொடுக்கும் பத்திரத்தில் 'நானும் என் மனைவியும் செட்டில்மென்ட் செய்த வீட்டில் வசிப்போம். எங்கள் இருவரின் காலத்துக்குப் பின் செட்டில்மென்ட் செய்த வீட்டின் உரிமை மகனைச் சேரும்' என்றோ இதுபோன்ற சில நிபந்தனைகளை உள்ளடக்கி எழுதப்படும் செட்டில்மென்ட் பத்திரங்கள் ரத்து செய்யக்கூடியவை எனக் கூறப்படுகிறது.

வீட்டை மகனுக்கு எழுதிக்கொடுத்தபிறகு அதனுடைய உரிமையை நிலைநாட்டும் ஆவணங்கள் அனைத்திலும் தந்தையின் பெயர் மாற்றப்படாமல் இருந்தால், ரத்து செய்ய இயலும் சொத்தின் உரிமையை உறுதிப்படுத்தும் பட்டா, சிட்டா, அடங்கல் போன்ற ஆவணங்கள் அனைத்தும் செட்டில்மென்ட் வாங்கியவரின் பெயரில் மாறியிருந்தால் ரத்து செய்வது அவ்வளவு சுலபமானதல்ல.

சொத்தின் உரிமையாளரின் விருப்பத்துக்கு மாறாக அல்லது அவர் முழு சம்மதம் தெரிவிக்காமல், அவரை ஏமாற்றி அல்லது கட்டாயப்படுத்தி எழுதி வாங்கியுள்ளார்கள் என்பது நிரூபணமானால் செட்டில்மென்ட் பத்திரத்தை ரத்து செய்ய நீதிமன்றத்தில் வழக்குத் தொடுக்கலாம்.

செட்டில்மென்ட் சட்ட நடைமுறைகள்:

- அசையும் மற்றும் அசையா சொத்து அனைத்தையும் செட்டில்மென்ட் செய்ய முடியும்.
- தமக்கைகளுக்கு சொத்துக்கு ஈடாக பணப் பரிவர்த்தனை செய்யப்பட்டிருந்தால் அவையும் எழுத்தில் கொண்டுவர வேண்டும்.
- ஒப்பந்தப் பத்திரத்தை முத்திரைத்தாளில் எழுதி அனைத்து உறுப்பினர்களும் கையெழுத்திட்டு அதை பதிவு செய்வது கட்டாயம்.
- செட்டில்மென்ட் பத்திரத்தை எழுதி பதிவு செய்துவிட்டால் அதை மாற்றவேண்டும் என்று எழுதியவரே விரும்பினாலும் அவர் எண்ணத்தைச் செயல்படுத்த முடியாது (விதிவிலக்குகள் உண்டு).
- பாகப்பிரிவினையோ, செட்டில்மெண்டோ, தானமாகவோ ஒருதடவை முடிவெடுத்துவிட்டு பத்திரத்தை பதிவும் செய்து

விட்டால் அவற்றை ரத்து செய்வது இயலாத ஒன்று. குடும்பத் தலைவனின் சொத்து அவரிடமிருந்த உரிமை இன்னொருவருக்கு கைமாறிவிட்ட பிறகு, அந்த உரிமையை மீண்டும் நிலைநாட்டுவது சுலபமானதல்ல.

- குடும்ப உறுப்பினர்கள் மட்டுமே (ரத்த பந்தங்கள்) செட்டில்மென்ட் செய்துகொள்ள முடியும்.

உயிர்போன பிறகு உயிர் பெறும் உயில்:

பாகப்பிரிவினை, தானம், செட்டில்மென்ட் மூலம் சொத்தை எழுதிக் கொடுத்துவிட்டவர்களுக்கு அதைத் திரும்பப் பெறுவதற்கான வாய்ப்பு என்பது அரிதானது என்பது தெரிந்ததுதான். ஆனால் இவை எதற்கும் இல்லாத சிறப்பம்சம் உயிலுக்கு உண்டு. உயிர் பிரியும் கடைசி நிமிடம்வரையிலும் உயிலை மாற்றி எழுதலாம்.

உயில் என்றால் என்ன?

இந்திய வாரிசுரிமை சட்டம் 1925, பிரிவு 2(h) ல் உயில் என்றால் என்ன என்று விளக்கப்பட்டுள்ளது. ஒருவர் தனக்குச் சொந்தமான அசையும் மற்றும் அசையா சொத்துகளை அவரின் காலத்துக்குப் பிறகு அதை யார் அனுபவிக்க வேண்டும் என்று அவரின் விருப்பத்தை எழுதி வைப்பதுதான் 'உயில் சாசனம்'. சொத்து வைத்திருக்கும் ஆண் பெண் இருபாலருமே உயில் எழுதலாம்.

உயில் எல்லா மதத்தினரும் எழுத முடியுமா?

மேற்கண்ட சட்டப் பிரிவின் படி அனைத்து மதத்தினரும் உயில் எழுதி வைக்கலாம். ஆனால், இந்தச் சட்டமானது முழுவதுமாக இந்து, கிறிஸ்தவர்களுக்கு மட்டுமே பொருத்தமாக உள்ளது. இஸ்லாமியர்களுக்கு அவர்களுக்கான ஷரியத் (Shariat) சட்டம்தான் பொருந்தும். ஷரியத் சட்டத்தில் முகமதியர் ஒருவர் அவரின் சொத்தில் மூன்றில் ஒரு பாகத்திற்கு மட்டுமே உயில் எழுத முடியும்.

உயிலின் வகைகள்:

- தனி நபர் எழுதும் உயில்
- உயில் இணைப்பு
- கூட்டு உயில் அல்லது மியூட்சுவல் உயில்
- பிரிவிலேட்ஜிட் உயில் (Privileged Will / Unprivileged Will)

தனிநபர் எழுதும் உயில்:

பங்கு பிரித்த பிறகு ஒரே தட்டில் சாப்பிட்டு வளர்ந்தவர்களும் பங்காளிகள் ஆகிவிடுகின்றனர். ஊனை உருக்கி உழைத்துச் சேமித்து வைத்த சொத்தை பிள்ளைகளின் பேரில் எழுதி வைத்த பிறகு வயதான காலத்தில் பெற்றோர்களும் அந்நியமாகி விடுகின்றனர். வாரிசுகள் அவர்களின் மனைவி குழந்தைகள் என்று அவர்களுக்கான தனி பாதையை உருவாக்கிக்கொள்கின்றனர்.

இந்த ஒரு நிலைமை தனக்கு வந்துவிடக் கூடாது, சம்பாதித்த சொத்தையெல்லாம் தாரைவார்த்துவிட்டு ரத்த ஓட்டம் குறைந்து முடங்கும் காலத்தில், தன் பெயரில் இருக்கும் சொத்துதான் தனக்கு கவசமென்று தற்காப்புக்காக கடைசி வரையிலும் சொத்தை பிரிக்காமல் இருப்பார்கள் சிலர்.

'அந்நியருக்கு தானம் செய்யாமல், பாகப்பிரிவினை ஏற்படுத்திக் கொள்ளாமல் திடீரென இறந்துபோகும் ஒருவரின் சொத்துகளுக்கு யார் வாரிசு? இறந்தவரின் சொத்துகள் யார் வசமாகும்?' என்னும் கேள்வி எழும்போதுதான் அங்கே உயில் சாசனம் என்ற ஒன்று உதயமாகிறது. இறந்தவர் உயில் எழுதியிருந்தால் அதில் எழுதியுள்ளபடி சொத்தின் உரிமை, மாற்றம் பெறும்.

ஒருவர் அவர் வசம் வைத்திருக்கும் சொத்துகளை பிள்ளைகள் மனைவி அல்லது கணவன், பெற்றோர்கள் அல்லது உறவுமுறை அல்லாதவர்கள் என்று யாருக்கு வேண்டுமானாலும் உயில் எழுதி வைக்கலாம். உயில் எழுதுவதற்கென்று தனிப்பட்ட பார்மட் (format) கிடையாது.

மைனர் பிள்ளைகளின் பேரில் உயில் எழுதி வைப்பதாக இருந்தால் அவர்களுக்குப் பாதுகாவலரையும் நியமித்து அதையும் உயிலில் எழுதி இருக்கவேண்டும். பிள்ளைகளுக்கு 18 வயது முடிவடைந்து மேஜராகும்போது சொத்தின் உரிமையை அவர்களிடம் பாதுகாவலர் ஒப்படைக்க வேண்டும். யாருக்கு என்ன சேர வேண்டும் என்று எழுதி விட்டு ஒருவேளை அவர்கள் பங்கிடும்போது ஏதேனும் சிக்கல்கள் வரலாம் என எழுதுபவர் கருதினால் உயில் நிறைவேற்றாளர் (Executor) ஒருவரை நியமனம் செய்யலாம். அவர் எழுதுபவருக்கு உறவாக இருக்கலாம், வாரிசாகவும் இருக்கலாம் அல்லது நண்பராக இருக்கலாம். ஒன்றுக்கு மேற்பட்ட எக்சிகியூட்டர்களையும் நியமனம் செய்யலாம். எக்சிகியூட்டரின்

வேலை உயிலில் எழுதி உள்ளதை நிறைவேற்றும் வேலை அவ்வளவே.

உயிலை பதிவு செய்வது கட்டாயமில்லை. ஆனால், பதிவு செய்வது நல்லது. எழுதிய உயிலில் மாற்றம் ஏற்படுத்த கட்டாயப் படுத்துவார்கள்; மிரட்டி திருத்தம் செய்யக் கோருவார்கள், என்ற அச்சம் எழுந்தால் உயிலை பதிவு செய்துகொள்ளலாம்.

இரண்டு நபர்களின் சாட்சி கையெழுத்து அவசியம்.

உயில் இணைப்பு:

உயில் எழுதி சில வருடங்களுக்குப் பிறகு எழுதியவர் வேறொரு சொத்தை வாங்குகிறார் என்றால் அந்தச் சொத்தின் உரிமை யாருக்குச் சேர வேண்டும் என்று அவர் குறிப்பிட விரும்பினால் தனித்தாளில் எழுதி அதை முன்பு எழுதிய உயிலோடு இணைத்துக் கொள்ளலாம். இதனை உயில் இணைப்பு என்கிறோம்.

கூட்டு உயில் அல்லது பரஸ்பர உயில்:

இவை இரண்டுமே ஏறத்தாழ ஒரே அர்த்தம் உள்ளவை. கணவனும் மனைவியும் இருவரும் சேர்ந்து ஒரே உயில் எழுதுவது 'கூட்டு உயில்'. ஒரே சொத்துக்கு இருவரும் உரிமையாளராக இருப்பார்கள். ஒரு சொத்துக்கு இரண்டு அல்லது இரண்டுக்கு மேற்பட்ட உரிமை யாளர்கள் இருந்தால் அவர்கள் காலத்துக்குப் பின் சொத்து யாரைச் சென்றடைய வேண்டும் என்று கூட்டாக எழுதும் உயிலும் கூட்டு உயில்தான். பெரும்பாலும் இப்படியான உயிலை நடைமுறைப் படுத்துவதில் சிக்கல்கள் எழுகின்றன. இதேபோலத்தான் பரஸ்பர உயில் என்பதும். அதாவது, கணவன் இறந்துவிட்டால் அவனின் சொத்துக்கள் மனைவிக்கு என்றும் மனைவி இறந்துவிட்டால் அவளின் சொத்துகள் கணவனுக்கு என்றும் எழுதி வைத்தல் பரஸ்பர உயில் எனப்படுகிறது.

பிரிவிலேட்ஜிட் உயில் (Privileged Will)

ராணுவத்தில் பணிபுரியும் வீரர்கள் இறக்கும் தருவாயில் எழுதப்படும் உயில் 'பிரிவிலேட்ஜிட் உயில்'. இது எழுத்து வடிவில் இருக்கவேண்டும் என்ற கட்டாயமில்லை சாட்சிகளும் அவசியமில்லை. தனது சொத்துகள் யாரை சேர வேண்டும் என்று வாய்மொழி வாயிலாகச் சொன்னாலும் போதும்.

உயிலை ரத்து செய்ய இயலுமா?

உயிலை ரத்து செய்ய இயலுமா என்று கேட்டால் அதற்கான பதில்... நிச்சயமாக ரத்து செய்ய முடியும் என்பதுதான்.

சொத்தின் உரிமையைப் பிறருக்கு மாற்றித்தரும் முறைகளில் உயில் மிகச்சிறந்தது. உதாரணமாக தந்தையானவர் தனது மூன்று மகன்களில் இரண்டு மகன்களுக்கு சொத்தை உயில் எழுதி வைக்கிறார். அவர் காலமாவதற்கு முன்பு விடுபட்ட மகனுக்கும் சொத்தை பங்கிட்டுக் கொடுக்க விரும்பிய அவர் முன்பு எழுதிய உயிலைக் கிழித்துவிட்டு அடுத்ததாக ஒரு புது உயிலை எழுதி வைக்கலாம். இறந்த ஒருவர் கடைசியாக எழுதிய உயில் தான் செல்லும். இறக்கும் வரையிலும் எப்பொழுது வேண்டுமானாலும் எத்தனை தடவை வேண்டுமானாலும் உயிலை எழுதலாம். இணைப்புகளை எழுதிச் சேர்க்கலாம். அல்லது ரத்து செய்யலாம். எழுதியவருக்கு அனைத்து உரிமையும் உண்டு. ஒரு வேளை உயில் எழுதிப் பதிவு செய்திருந்தாலும் அதையும் ரத்து செய்யலாம்.

உயில் புரபேட் (Will Probate)

இந்திய வாரிசுரிமை சட்டம் 1925 பிரிவு 2 ல் உயில் புரபேட் என்றால் என்ன என்று வரையறுக்கப்பட்டுள்ளது. உயிலை எழுதியவர் மறைந்தபிறகு, உயிலில் எழுதியுள்ளவற்றை நிறைவேற்ற அதில் குறிப்பிடப்பட்டுள்ளவைகளை நடைமுறைப்படுத்த எக்சிகியூட்டர் என்னும் உயில் நிறைவேற்றாளர் ஒருவரை உயில் எழுதியவர் நியமித்திருப்பார் அல்லது, நியமனம் செய்யாமலும் இருப்பார்.

இறந்தவரின் இறப்புச் சான்றிதழ் மற்றும் அவரது உயிலை தகுதிவாய்ந்த நீதிமன்றத்தில் அதற்குரிய நீதிமன்ற கட்டணத்தைச் செலுத்தி எக்சிகியூட்டர் அல்லது எக்சிகியூட்டர் நியமிக்கப்படாத உயிலில் இறந்தவரின் வாரிசுகளில் ஒருவரோ உயில் புரபேட் செய்வதற்கு நீதிமன்றத்தில் விண்ணப்பம் கொடுக்க வேண்டும். நீதிமன்ற நடைமுறைகளுக்குப் பிறகு நீதிமன்றமானது உயிலில் எழுதியுள்ளவற்றை நடைமுறைப்படுத்த அனுமதி வழங்கும். உயிலில் எழுதியவற்றை நடைமுறைப்படுத்த நீதிமன்றம் வழங்கும் அனுமதிக்கு 'உயில் புரபேட்' என்று பெயர்.

முகமதியர் மற்றும் கிறிஸ்த்துவர் எழுதும் உயிலுக்கு புரபேட் பொருந்தாது. உயில் புரபேட் செய்வது கட்டாயமல்ல. யாரெல்லாம் உயில் புரபேட் செய்யலாம் என்றும் இந்திய வாரிசுரிமை சட்டம் 1925ல் பிரிவு 213 ல் விளக்கப்பட்டுள்ளது.

எழுதப்பட்ட எல்லா உயில்களையும் புரபேட் செய்வது கட்டாய மென்றால் நாட்டில் உயில் கோர்ட் என்று ஒன்று தனியாகவே ஆரம்பிக்க வேண்டியிருக்கும். உயிலின் உண்மைத் தன்மையை ஊர்ஜிதப்படுத்தவே புரபேட் அவசியப்படுகிறது. உயிலில் எக்சிகியூட்டர் நியமிக்கப்படாத நிலையில் உயிலின் சரத்துகளை நடைமுறைக்குக் கொண்டுவர நீதிமன்றமே நிர்வாகி ஒருவரை நியமனம் செய்யும்.

13

இந்திய வாரிசுரிமை சட்டம் 1956

உயில் எழுதாமல், தான செட்டில்மென்ட் ஏற்படுத்தாமல், யாருக்கும் சுத்த விக்கிரையம் செய்யாமல், பாகப்பிரிவினை செய்யாமல், தனிநபர் ஒருவர் விட்டுச் செல்லும் சொத்துகளுக்கு அவர்களின் வாரிசுகள்தான் உரிமையாளர்கள்.

ஒரு நபரின் வாரிசுகள் யார் என்பதைத்தான் சட்டம் சொல்கிறது. இந்துவாக இருந்தால் இந்து வாரிசுரிமை சட்டம் 1956 ன் படியும், கிறிஸ்தவராக இருந்தால் இந்திய வாரிசுரிமை சட்டம் 1925 ன் படியும், முகமதியராக இருந்தால் ஷரியத் சட்டத்தின் படியும் ஒருவரின் வாரிசுகள் யார் என்பதைத் தெரிந்துகொள்ளமுடியும்.

முறையான வாரிசுகள், முறையற்ற வாரிசுகள், ரத்த சொந்தம், பாதி ரத்த சொந்தம், கருஉறவு பந்தம் (Full blood, Half-blood, Uterine blood) என்று வாரிசுகளின் வகைகளை இச்சட்டத்தின் பிரிவு2 விளக்குகிறது.

தனது தாய் தந்தைக்குப் பிறந்தவர்கள், தனது தந்தைக்கும் அவரின் இன்னொரு மனைவிக்கும் பிறந்த குழந்தை, தனது தாய்க்கும் இன்னொரு கணவனுக்கும் பிறந்த குழந்தை என்று வாரிகளின் பிரிவை மேற்கண்ட சட்டங்கள் விளக்குகிறது. மேலும் தத்துப்பிள்ளை, வளர்ப்பு வாரிசுகளையும் ஒருவரின் வாரிசுகள் பட்டியலில் இணைக்க வேண்டும்.

வாரிசுரிமை சட்டம் பிரிவு 8ன் படி உயில் எழுதாமல் சொத்தை விட்டுச்சென்ற ஓர் இந்து ஆணின் வாரிசுகள்

இந்து ஆணின் முதல் வகுப்பு வாரிசுகள்

- மகன்
- மகள்
- மனைவி
- அம்மா
- அவருக்கு முன்பாக இறந்த மகனின் மகன் (பேரன்)
- அவருக்கு முன்பாக இறந்த மகனின் மகள் (பேத்தி)
- அவருக்கு முன்பாக இறந்த மகனின் மனைவி (மருமகள்)
- அவருக்கு முன்பாக இறந்த மகளின் மகன் (மகள் வழி பேரன்)
- அவருக்கு முன்பாக இறந்த மகளின் மகள் (மகள் வழி பேத்தி)
- அவருக்கு முன்பாக இறந்த மகனின் பேரன் (கொள்ளு பேரன்)
- அவருக்கு முன்பாக இறந்த மகனின் பேத்தி (கொள்ளு பேத்தி)
- அவருக்கு முன்பாக இறந்த மகனின் பேரன் மனைவி (கொள்ளுப்பேரனின் மனைவி) 2005 இந்து வாரிசுரிமை திருத்த சட்டத்தின்படி இந்தப் பிரிவுகளில் இந்து ஆண் இறப்புக்கு முன்பாக இறந்த மகள் வழி கொள்ளு பேத்தி கொள்ளு பேரன் என நான்கு பிரிவுகள் சேர்க்கப்பட்டுள்ளது .

இந்து ஆண் ஒருவர் விட்டுச்சென்ற சொத்துகளை அவனுடைய மனைவி, அம்மா பிள்ளைகள் சமமாகப் பங்கிட்டு எடுத்துக் கொள்வார்கள். அப்படி பங்கிடும்போது உயிரோடு இல்லாத பிள்ளையின் பாகம் அவனது மனைவி பிள்ளை மற்றும் அவனது பிள்ளைகளைச் சேரும். ஆணின் வாரிசுகள் பட்டியலில் அப்பா சேர்க்கப்படவில்லை ஏன் என்பதுதான் விளங்காத புதிராக உள்ளது. அப்பா என்பவர் ஆளுமை படைத்த ஆண் அதனால் அவரே சொத்தை சேர்த்து வைத்திருப்பார் என்பதாகக்கூட இருக்கலாம்.

முதல் வகுப்பில் கூறும் வாரிசுகள் யாரும் இல்லாத நிலையில்: இரண்டாம் வகுப்பு வாரிசுகள் இறந்தவரின் சொத்துகளை பங்கிட்டுக் கொள்வார்கள். இரண்டாம் வகுப்பு வாரிசுதாரர்கள் ஒன்பது வகையாக பிரிக்கப்பட்டுள்ளனர். அதில் முதல் வகுப்பு வாரிசுதாரர்கள் யாரும் இல்லாத நிலையில் இரண்டாம் வகுப்பு

வாரிசுதாரர் பட்டியலில் இடம்பெற்றிருக்கும் அப்பா முழு சொத்தையும் அடைவார். இறந்தவரின் முதல் வகுப்பு வாரிசுதாரர் கள் யாரும் இல்லை அவரின் அப்பாவும் இல்லை என்னும்போது தான், இரண்டாம் வகுப்பு வாரிசுதாரர்கள் பட்டியலில் உள்ள இரண்டு முதல் 9 வரையிலான நபர்கள் உரிமை கோர முடியும்.

இரண்டாம் வகுப்பு வாரிசுதாரர்களின் பட்டியல்:

1. *அப்பா*

2. *1) மகனின், மகளின் - மகன், 2) மகனின், மகளின் - மகள், 3)சகோதரன், 4)சகோதரி*

3. *1) மகளின், மகனின் - மகன், 2) மகளின், மகனின் - மகள், 3) மகளின், மகளின் - மகன், 4) மகளின் மகளின் மகள்*

4. *1.சகோதரனின் மகன், 2. சகோதரனின் மகள், 3. சகோதரியின் மகன், 4. சகோதரியின் மகள்*

5. *அப்பாவின் அப்பா, அப்பாவின் அம்மா*

6. *அப்பாவின் விதவை மனைவி (சின்னம்மா), சகோதரனின் விதவை மனைவி*

7. *அப்பாவின் சகோதரர், அப்பாவின் சகோதரி*
8. *அம்மாவின் அப்பா, அம்மாவின் அம்மா*
9. *அம்மாவின் சகோதரர், அம்மாவின் சகோதரி*

இரண்டாம் வகுப்பில் குறிப்பிட்டிருக்கும் வாரிசுகள் யாரும் இல்லாதபோது:

மூன்றாம் வகுப்பு வாரிசுகள்:

குடும்பக் கொடியில் வரும் உறவுகள்

மூன்று வகுப்புகளைச் சேர்ந்த வாரிசுகள் யாரும் இல்லாதபோது: கடைசியாக இறந்தவரின் சொத்துக்கள் அரசாங்கத்தைச் சேரும்.

முதல் வகுப்பு வாரிசுகள் சொத்துகளைச் சட்டப்படி பாகம் செய்ய வேண்டிய விதிகள்:

- **விதி - 1:** இறந்தவரின் விதவை மனைவிக்கு மொத்த சொத்தில் ஒரு பங்கு

- **விதி - 2:** இறந்தவரின் மகன்கள், மகள்கள், தாய் இவர்களெல்லாம் தனித்தனியான பங்கினைப் பெறுவார்கள்

- **விதி-3:** இறந்தவரின் மகனோ மகளோ அவருக்கு முன்பே இறந்துவிட்டிருந்தால் அவர்களின் பங்கு அவர்களின் வாரிசுகளை சென்றடையும்.

உதாரணம்: இந்து ஆணுக்கு இரண்டு பிள்ளைகள். ஒரு ஏக்கர் நிலம் அவருடைய சொத்தாக இருந்தால் முதல் வாரிசுக்கு அரை ஏக்கர் நிலமும், அவரின் இரண்டாவது வாரிசு அவருக்கு முன்பே காலமாகியிருந்தால் அவருக்கு மூன்று பிள்ளைகள் இருந்தால் இரண்டாவது மகனின் பாகத்திற்குரிய சொத்தான அரை ஏக்கர் நிலம் மூன்று பிள்ளைகள் மற்றும் அவரது விதவை மனைவிக்கும் சென்றடையும்.

இந்து பெண் உயில் எழுதாமல் விட்டுச்சென்ற சொத்துகளுக்கு வாரிசுகள் யார்?

இந்தச் சட்டம் அமலுக்கு வருவதற்கு முன்பாக இருந்தாலும் அதற்கு பின்னதாக இருந்தாலும் அவள் பெயரில் இருக்கும் அசையும் மற்றும் அசையா சொத்துகள் அனைத்துக்கும் அவரே முழுமையான உரிமையாளர். அவருடைய சொத்துக்கள் அவளின் பெற்றோர் வகையில் வந்த சீதன சொத்தாகவோ, தானமாகவோ, அவளின் பராமரிப்புக்காக கணவனிடமிருந்து பெறப்பட்ட சொத்தாகவோ, எந்த வகையில் இருந்து வந்திருந்தாலும் சொத்தின் முழுமையான உரிமையாளர் அந்தப் பெண் மட்டுமே.

விதவை இந்து பெண்ணைப் பொறுத்தவரை அவளின் கணவனின் சொத்தில் பாகம் பெறும்போது அவளுக்கு வேறொருவருடன் திருமணம் நடைபெற்றிருக்கக் கூடாது. பாகத்தின் உரிமை அவளின் பெயரில் மாறிவிட்டபிறகு அந்தப் பெண் வேறொருவரை மணந்து கொண்டால் அவர் வசமான சொத்தை திரும்பவும் பெற சாத்தியமில்லை.

பிரிவு 16 ல் சொல்லப்பட்டுள்ள பொதுவான விதிமுறைகள் அல்லது வாரிசுதாரர்கள்:

a) மகன், மகள், கணவன் - மகனோ மகளோ உயிரோடு இல்லாவிட்டால் அவர்களின் வாரிசுகள் (பேரன் பேத்தி).

b) முதல் பிரிவில் யாரும் உயிரோடு இல்லாதபோது இரண்டாவதாக கணவனின் வாரிசுகள். அவர்களும் இல்லை

என்றால்தான் அடுத்த பிரிவில் வரும் இறந்த பெண்ணின் அப்பா அம்மா வாரிசுதாரராக முடியும்.

c) அப்பா, அம்மா.

d) அப்பாவின் வாரிசுகள்.

e) அம்மாவின் வாரிசுகள்.

a முதல் e வரையிலும் உள்ள பிரிவில் வரும் வாரிசுகளில் வரிசைப்படி ஒரு பிரிவில் உள்ள வாரிசுகள் உயிரோடு இல்லாத நிலையில்தான் அடுத்த கட்ட வாரிசுகள் உரிமை கோர முடியும்.

பிரிவு 15 அதனுடைய உட்பிரிவு (2ல்) சிக்கலான முடிச்சொன்றை முன்வைக்கிறது. அதாவது ஒரு பெண் மணமாகி புகுந்த வீட்டில் புகுந்த பிறகு அவள் வசமாகும் சொத்துகள், ஒன்று அவளது கணவன் சுயமாக சம்பாதித்ததாக இருக்கவேண்டும் அல்லது அவளுடைய மாமனார் வழியில் வந்த பரம்பரை சொத்தாக இருக்க வேண்டும்.

திருமணமான பெண்ணுக்கு இந்த இரண்டுவகையில்தான் சொத்து வந்து சேரும் என்று தீர்மானமாக சட்டம் இயற்றியவர் முடிவெடுத்ததால், உயில் எழுதாமல் இந்து பெண் விட்டுச்சென்ற சொத்துக்கு அவளது கணவன் மற்றும் பிள்ளைகள் வாரிசுதாரர்கள் ஆகிறார்கள். அவர்கள் யாரும் இல்லாத சூழ்நிலையில் இறந்த பெண்ணின் கணவனின் வாரிசுகளுக்கு அந்தச் சொத்தை அடையும் உரிமை வந்துவிடுகிறது.

சொத்தானது கணவன் மற்றும் அவன் பரம்பரையிலிருந்து பெண்ணுக்கு வந்தடைந்திருந்தால், கணவனின் ரத்த பந்தங்களுக்கு அந்த சொத்து சென்றடைய வேண்டும். ஒரு சமயம் சொத்தானது பெண்ணின் தாய்வீட்டின் வழி வந்திருந்தால் அந்தச் சொத்தின் உரிமை அவளது பெற்றோர்கள் அல்லது அவர்களின் வாரிசுகளைச் சேரும் என்று தெளிவுபடுத்தியிருக்கிறது - என்பதை அறிந்ததும் நேர்மையாகத்தான் எழுதியிருக்காங்க. ஒரு நிமிஷம் தப்பா எடை போட்டுட்டோமே என்று நீங்கள் முடிவெடுப்பதில் தவறில்லை. ஆனால் அடுத்த வரியையும் படித்துவிட்டு முடிவெடுங்கள். ஆணும் பெண்ணும் சமம் என்று கூச்சலிடும் கூட்டங்கள் இதற்கு பதிலளிக்கட்டும்.

கணவன் வீட்டு வழி வந்த சொத்தாக இருந்தால் அவளது கணவன் வாரிசுகளுக்கும், பெற்றோர் வீட்டுச் சொத்தாக இருந்தால்

பெற்றோர்கள் மற்றும் அவர்களின் வாரிசுகளுக்கும் சென்றடைய வேண்டும் என்ற சட்டம், ஒரு பெண் சுயமாகச் சம்பாதித்த சொத்து யாரை சென்றடைய வேண்டும் என்பதுபற்றிக் கேட்கும்போது ஊமையாகிவிட்டது.

இந்து பெண் ஒருத்தி சம்பாதித்த தனிப்பட்ட சொத்துக்கு வாரிசுகள் யார்? என்ற கேள்விக்கு இன்றுவரை விடையளிக்காமலேயே மௌனம் சாதிக்கிறது. அந்த மௌனமானது எத்தனையோ குடும்பங்களுக்கு அநீதியையும் இழைக்கிறது என்பதற்கு இந்த வழக்குதான் உதாரணம்.

ஓம்பிரகாஷ் எதிர் ராதாசந்திரன் (Ompraksah & others vs. Radhachandran & Others) **உச்சநீதிமன்றம்:**

நாராயணி தேவி என்பவர் தீனதயாள் என்பவரை திருமணம் செய்துகொள்கிறார். திருமணம் நடந்த மூன்று மாதத்துக்குள்ளேயே தீனதயாள் மரணமடைகிறார். கணவன் இறந்ததும் நாராயணி தேவி புகுந்த வீட்டிலிருந்து தாய் வீட்டுக்கு வந்துவிடுகிறார். கணவன் வீட்டிலிருந்து அப்போது திரும்பி வந்தவர் அதற்குப் பிறகு அவர்கள் வீட்டுக்குச் சென்றதில்லை. அவர்களுக்கும் இவருக்கும் எந்தத் தொடர்பும் இல்லை.

நாராயணியின் பெற்றோர்கள் அவரைப் படிக்க வைத்தார்கள். நாராயணி தேவிக்கு வேலையும் கிடைக்கிறது. 1996 ல் நாராயணி தேவி மரணமடைகிறார். எதிர்பாராத மரணம். நாராயணி தேவி உயில் எதுவும் எழுதிவைக்கவில்லை. வங்கி இருப்பு, வருங்கால வைப்புநிதி தொகை என்று அவரின் சொத்துகளைப் பெற கணவன் மற்றும் வாரிசுகள் யாரும் இல்லை. அப்போது நாராயணியின் தாயார் இந்திய வாரிசுரிமை சட்டம் பிரிவு 372ன்படி வாரிசு சான்றிதழுக்கு விண்ணப்பம் செய்கிறார். அதே நேரம் நாராயணியின் நாத்தனார் மகன் நாராயணியின் வாரிசு சான்றிதழுக்காக விண்ணப்பம் கொடுக்கிறான்.

நாராயணி கணவன் வீட்டில் வாழ்ந்ததே மூன்று மாதங்கள் மட்டும்தான். அன்று பிறந்த வீட்டுக்குத் திரும்பி வந்த நாராயணி செத்தாரா, உயிருடன்தான் இருக்கிறாரா என்பதை அறிந்து கொள்ளக்கூட அவர் கணவன் வீட்டினர் விருப்பம் காட்டவில்லை. கணவன் இறந்த பின் அம்மா வீட்டுக்கு வந்தார். அன்றிலிருந்து நாராயணி இறக்கும்வரை இரு குடும்பத்துக்கும் எந்தத் தொடர்பும் இல்லை. படித்தார், வேலையை தேடிக்கொண்டார்.

இறந்த நாராயணி ஏராளமான சொத்தை விட்டுச் சென்றிருக்கிறார் என்றதும் நாராயணியின் வாரிசு தாங்கள்தான் என்று விண்ணப்பம் கொடுக்கிறார்கள் என்றால் அந்தத் துணிச்சலுக்கான காரணம் என்ன?

இந்து வாரிசுரிமை சட்டப்பிரிவு 15 ன் உட்பிரிவு(1)தான். இந்தச் சட்டப்பிரிவின்படி உயில் எழுதாமல் ஒரு பெண் விட்டுச் சென்ற சொத்துக்கு அவளது கணவன், பிள்ளைகள், பேரப்பிள்ளைகள் வாரிசு ஆவார்கள். அவர்கள் யாரும் உயிரோடு இல்லாதபோது அவள் கணவனின் வாரிசுகள் இறந்த பெண்ணின் சொத்துக்கு வாரிசு ஆவார்கள். அதனால் 'என் மாமா மனைவி சம்பாதித்த சொத்துக்கு நாங்கள்தான் வாரிசு' என்றனர்.

வழக்கு பலதரப்பட்ட நிலைகளைக் கடந்து உச்சநீதிமன்றம் வந்தது. நாராயணி தேவியைப் பெற்று வளர்த்து திருமணம் முடித்துக் கொடுத்து, மூன்றே மாதத்தில் விதவையாகிவிட்ட அவளை அரவணைத்து, பிறந்தகத்தில் ஆதரவு கொடுத்து, படிக்க வைத்து அவள் இறக்கும் வரையிலும் பக்கபலமாக இருந்த அவளைப் பெற்ற தாய் நாராயணிக்கு வாரிசாகமாட்டாள். ஆனால் திருமணம் என்ற பந்தத்தில் கணவனுடன்கூட பந்தமில்லாத மூன்றே மாத பந்தத்தை அடிகோலிட்டு யாரென்றே தெரியாத நாராயணியின் நாத்தனார் பிள்ளைகள் அவரின் வாரிசு என்கிறார்கள். அவளது சொத்தை அபகரிக்க வாரிசுரிமை சட்டம் என்ற உளியைக்கொண்டு வந்திருக்கிறார்கள்.

இந்து வாரிசுரிமை சட்டப்பிரிவு 15ன் உட்பிரிவு (2)ல் சொத்து, அப்பா அம்மா வழி உரிமையாகியிருந்தால் அந்தச் சொத்துக்கு அவர்களும் அவர்களின் வாரிசுகளும் உரிமை கொண்டாட முடியும். நாராயணியின் சொத்துக்கள் அவளது பெற்றோர் வகையில் வந்ததாக ஆவணங்கள் எதுவுமில்லை. அதனால் இந்தச் சொத்துக்கள் அவளது தனிப்பட்ட சம்பாத்திய சொத்துக்கள் என்பது தெளிவாகிறது. இந்து பெண்ணின் சுய சம்பாத்திய சொத்துக்கு வாரிசுகள் யார் என்பதைப் பற்றிச் சட்டத்தில் தெளிவுபடுத்தவில்லை

உணர்ச்சிவசப்படுதலோ கருணைகாட்டுதலோ செய்து சட்டத்தின் அடிப்படை முதன்மையை மாற்றியமைக்க இயலாது என்று தீர்ப்பில் கூறப்பட்டது.

நாராயணிக்கு எந்தவகையிலும் உதவாத அவருக்கு ஆதரவாக ஒத்தை ரூபாயை வீசாத அவரின் நாத்தனாரின் வாரிசுகளே

இறுதியாக வென்றார்கள் என்று நினைக்கும்போது ஜீரணிக்க இயலவில்லை. மனிதநேயமற்ற இந்தச் செயல் நிகழக் காரணம் ஒன்று, உயில் எழுதாமல் விட்டுச்சென்ற இந்து பெண்ணின் சுய சம்பாத்திய சொத்துக்கு வாரிசு யார் என்று தெளிவுபடுத்தாதது, மற்றொன்று, ஆணுக்கும் பெண்ணுக்குமென பாரபட்சமான சட்டம்.

இந்தச் சட்டப்பிரிவில் வருங்காலத்தில் என்றாவது ஒருநாள் திருத்தங்கள் கொண்டுவருவார்கள். அதுவரையிலும், நாராயணிகள் சகித்துக்கொண்டுதான் இருக்கவேண்டுமா? தேவையில்லை. நாராயணியின் ரத்த பந்தமான அவளது தாய்க்குக்கூட கிட்ட விடாமல் அவர் போராடியும் மகளின் சொத்தை மீட்க இயலாததற்குக் காரணம் பாரபட்சமான சட்டம். மரணம் எப்போது வரும் என்று நிச்சயமில்லாதபோது, கணவன், குழந்தைகள், பேரக்குழந்தைகள் யாருமில்லாதவர்கள் பெற்றோரின் நிழலில் வாழ்பவர்கள் தங்களின் சொத்து/ பணம், உடைமைகள் யாருக்குச் சேரவேண்டும் என்று உயில் எழுதி வைக்கலாமே.

நாராயணி அப்படி ஓர் உயில் எழுதி வைத்திருந்தால் அவளின் மூன்று மாத உறவுகள் நாங்கள்தான் வாரிசு என்று வாரிசு சான்றிதழ் கேட்கத் திராணி இருந்திருக்காது.

14

அதிகாரப்பத்திரம்
(Power of Attorney)

பொது அதிகாரப்பத்திரம் மற்றும் சிறப்பு அதிகாரப்பத்திரம்:

ஒவ்வொருவராலும் எல்லா சமயத்திலும் நேரடியாகச் சென்று ஒரு செயலை செய்து முடிக்க இயலாது. கால அவகாசம் வெளியூரில் வசிப்பது போன்ற பல காரணங்களால் நேரில் செல்ல இயலாதபோது அந்தச் செயலை செய்துமுடிக்க இன்னொருவரை நியமிக்கலாம். சட்டப்படி அத்தகைய உரிமையை ஏற்படுத்திக்கொடுக்கும் ஆவணம் தான் அதிகாரப்பத்திரம் எனப்படுகிறது. அதிகாரப் பத்திரத்தின் அம்சங்களை அதிகாரப்பத்திர சட்டம் (Power of Attorney Act) 1882ல் தெரிந்துகொள்ளலாம். ஒருவர் தனக்குச் சொந்தமான சொத்தை விற்பதற்காக விற்பனை ஒப்பந்தம் செய்ய, விற்பனை செய்ய, அடகு வைக்க, குத்தகைக்கு விட, சொத்தை வாங்க இதுபோன்ற சொத்து தொடர்பான பரிவர்த்தனைகளில் ஒருவருக்கு பதிலாக இன்னொருவர் ஈடுபட பவர் ஏஜென்ட் நியமிக்கப்படுகிறார்

யாருக்கெல்லாம் பவர் பத்திரம் தேவைப்படும்:

வேலை நிமித்தமாக வெளியூர்களில் அல்லது வெளி மாநிலங்களில் வசிப்பவர்கள் தாங்கள் விருப்பப்படும் ஊர்களில் அல்லது தங்களது சொந்த ஊரில் அவர்களுக்குச் சொந்தமாக உள்ள நிலத்தை விற்க வேண்டும் என்று ஆசைப்பட்டால் விற்பனை செய்வதற்காக நிலம் அமைந்துள்ள இடத்துக்கு அடிக்கடி வந்து செல்வது என்பது

நடைமுறையில் சாத்தியமாகாது. அத்தகைய சூழ்நிலையில் நிலத்தின் உரிமையாளர் அதனை விற்கும் அதிகாரத்தை அதிகாரப்பத்திரத்தின் வாயிலாக ஒருவருக்குத் தர இயலும்.

இதே போல புதிதாக சொத்தை வாங்க விரும்புபவர் அதற்கான நடவடிக்கைகளில் நேரில் ஈடுபட இயலாதபோது அதற்கும் சொத்தை வாங்குவதற்கான அதிகாரத்தை ஒருவருக்குத் தர இயலும்.

அடுக்குமாடி குடியிருப்புகளை கட்டும் பில்டர் அவரின் எல்லா பிளாட்டுகளையும் விற்பனை செய்ய நேரிடையாகச் செயல்பட முடியாது. அதனால் அவரது சார்பாக அடுக்குமாடி குடியிருப்பில் உள்ள எல்லா வீடுகளையும் விற்பனை செய்ய ஒரு நபரை அதிகாரப்பத்திரத்தின் மூலம் நியமிப்பார். பல ஏக்கர் நிலத்தை வாங்கி அதனை பல மனைப் பிரிவுகளாகப் பிரித்து விற்பனை செய்யும் ரியல் எஸ்டேட் முதலாளிகள் அனைத்து மனைப் பிரிவுகளையும் விற்பனை செய்ய நேரிடையாக இயங்க முடியாது. அதனால் ரியல் எஸ்டேட் உரிமையாளர்களும் மனைப்பிரிவுகளை விற்பனை செய்ய அதிகாரப்பத்திரத்தைப் பயன்படுத்துகின்றனர்.

'பவர் ஆப் அட்டார்னி' என்ற சொல்லில் உள்ள பவர் என்பதிலேயே அதனுடைய வீரியம் வெளிப்படுகிறது. தன்னுடைய உரிமையை நிலைநாட்ட இன்னொருவருக்கு சட்டப்படியான அதிகாரம் அளிப்பது அதிகாரப் பத்திரத்தின் தன்மையாகும். அதிகாரப்பத்திரம் இரண்டு வகைப்படுகிறது. ஒன்று பொது அதிகாரப்பத்திரம் மற்றொன்று சிறப்பு அதிகாரப்பத்திரம்.

பொது அதிகாரப்பத்திரம்:

குறிப்பிட்ட ஒரு செயலுக்காக என்று குறிப்பிடாமல், அதிகாரப் பத்திரம் எழுதிக் கொடுப்பவரின் நேரடியான தேவை எங்கெல்லாம் இருக்கிறதோ அங்கெல்லாம் அவரது பிரதிநிதியாக ஆஜராக வழங்கப்படும் பொதுவான அதிகாரம் 'ஜெனரல் பவர் ஆப் அட்டார்னி' எனப்படுகிறது.

நிலத்தை வாங்குவதற்கான ஒப்பந்தத்தில் ஈடுபடுவதற்கு, நிலத்தை வாங்க கிரையம் செய்வதற்கு என்று அதிகாரம் கொடுத்தவரின் தேவையை அவர் சார்பாக நிறைவேற்ற இன்னொருவருக்குக் கொடுக்கப்படும் அதிகாரம் 'பொது அதிகாரம்' எனப்படுகிறது.

வியாபாரத்தைத் தொடங்க, முக்கிய முடிவுகளை எடுக்க, நிர்வகிக்க, வியாபாரம் ஸ்தாபனம் நஷ்டத்தில் இயங்கும்போது

அதனை முடித்து வைக்க என்று வியாபாரம் தொடர்பாக அனைத்துப் பரிவர்த்தனைகளிலும் ஈடுபட அதிகாரம் வழங்கப்படுகிறது.

ஸ்தாபனத்துக்கு தேவையான பொருள்களை வாங்க விற்க ஒப்பந்தம் மேற்கொள்ள நிறுவனங்களிலும் பவர் ஏஜென்ட் நியமிக்கப்படுகிறார். கூட்டுத்தொழில் நிறுவனங்களில் பங்குதாரரான ஒருவருக்கு உள்ள அதிகாரம் இதர கூட்டாளிகளுக்கு உள்ள அதே உரிமை அதிகாரப்பத்திரத்தின் வாயிலாக அதிகாரம் பெறுபவருக்கு வழங்கப்படுகிறது. அதிகாரப்பத்திரத்தினை எழுதுபவர் 'முதல்வர்' எனப்படுகிறார். அதிகாரத்தினை பெற்றுக் கொள்பவர் 'முகவர்' எனப்படுகிறார்.

சொத்தினைப் பொறுத்தவரை விற்பனை செய்வது, புதிய சொத்தை வாங்குவது, அடமானம் குத்தகை ஆகிய நடவடிக்கைகளில் ஈடுபடுவது, வீட்டு வரி, வீடு கட்டுவதற்கு ஒப்புதல் வாங்குதல் போன்றவற்றிற்கும் அதிகாரம் வழங்கப்படுகிறது

முதல்வருக்குச் சொந்தமான வீட்டுக்கு வாடகை நிர்ணயம் செய்தல், வசூலித்தல் போன்றவற்றிலும் ஈடுபடலாம். கட்டடம் கட்டுவதற்கான சிமெண்ட், செங்கல் போன்றவற்றை வாங்கும் உரிமை, முதல்வருக்குச் சொந்தமான இடத்தில் அத்துமீறி நுழைந்திருப்போரை வெளியேற்றும் அதிகாரம், கட்டடம் கட்டுவதற்கு அனுமதி பெறுவது, மின்சாரம், குடிநீர் ஆகியவற்றைப் பெற விண்ணப்பம் செய்வது, வாடகைக்கு விடப்பட்ட வீட்டுக்கு அத்தியாவசியத் தேவைகளைப் பூர்த்தி செய்து கொடுப்பது போன்ற தேவைகளையும் அதிகாரப்பத்திரத்தின் மூலம் நிறைவேற்றிக் கொள்ளலாம்.

- நிறுவனத்தின் டைரக்டர் அவருடைய அதிகாரத்தை மற்றொருவருக்கு பவர் மூலம் கொடுப்பாரானால் டைரக்டரின் அனைத்து அதிகாரமும் முகவருக்கு மாற்றம் செய்யப்படுகிறது. ஊதியம், ஊழியர் நியமனம், ஊழியர் நீக்கம், முக்கிய முடிவுகளைச் செயல்படுத்துவது, நிறுவனத்துக்குத் தேவையான பங்குகளை வாங்குவது, விற்பது போன்றவையும் இதில் அடங்கும்.

- நிறுவனத்தின் முன்னேற்றத்துக்காகப் பங்குகளைச் சந்தையில் வாங்குதல், நிறுவனத்தின் பங்குகளை விற்றல், நிறுவனத்தின் வளர்ச்சிக்காக பணத்தை முதலீடு செய்தல்.

வங்கிப் பரிவர்த்தனைகளில் அதிகாரப்பத்திரத்தை வைத்திருப்பவரின் பங்களிப்பு:

முதல்வரின் சார்பாக வங்கிக் கணக்கைத் துவக்குதல், காசோலை வழங்குதல், முதல்வரின் பெயரில் வரும் காசோலையை அவருடைய கணக்கில் இடுதல், காசோலையை விநியோகித்தல், டிமான்ட் டிராப்ட் எடுத்தல், வங்கியில் பணம் இல்லை என்று திரும்பி வந்த காசோலைக்கு நடவடிக்கை எடுத்தல், பில் ஆஃப் எக்சேஞ்ச் கொடுத்தல்.

- முதல்வரின் சார்பாக சிவில் கிரிமினல் வாடகை நீதிமன்றங்கள் ஆகியவற்றில் வழக்கு தொடுத்தல், வாதாட வழக்கறிஞரையும் அதிகாரப்பத்திரத்தின் மூலம் நியமிக்கலாம்

சிறப்பு அதிகாரப்பத்திரம்:

குறிப்பிட்ட ஒரு செயலைச் செய்வதற்காக எழுதிக் கொடுக்கப் படும் அதிகாரம் ‘சிறப்பு அதிகாரப்பத்திரம்’ எனப்படுகிறது. உதாரணமாக நிலத்தை வாங்க, அதற்குண்டான தொகையை நிர்ணயம் செய்து நில விற்பனை ஒப்பந்தப் பத்திரம் தயாரிக்க என்ற செயலை நிவர்த்தி செய்ய மட்டும் என்று அதிகாரத்தின் நிலையை முன்னிறுத்தி கொடுக்கும் அதிகாரம் குறிப்பிட்ட அந்தச் செயல் முடிவடைந்ததும் நிறைவு பெறுகிறது.

அதிகாரப்பத்திரத்தின் அங்கங்கள்:

- பெரும்பாலானோர் சொத்துக்கு வரி கட்ட அஞ்சி அவர்களின் மனைவி பெயரில் சொத்துகளை வாங்குவர். அப்படி சொத்து வாங்கும்போதும் அதை விற்கும்போதும் வீட்டம்மாவை சார்பதிவாளர் அலுவலகம்வரை அழைத்து வந்து அலைக் கழிக்க வேண்டாம் என நினைக்கும் நல்லவர்கள், மனைவியிட மிருந்து அதிகாரப்பத்திரத்தை பெற்றுக்கொண்டு அவர்களே நேரடியாகச் செயலில் இறங்குவர்.

- வெளிநாட்டு வாழ் மக்கள், வேலை பளு காரணமாக தன்னுடைய பணியைச் செய்ய இயலாதவர்கள், வயதானவர்கள், குடும்பத் தலைவனின் பினாமியாக மாறும் பெண்கள், நிறுவன மென்றால் தந்தை நிறுவனத்தில் பங்குதாரராக இருப்பார், அவரால் நேரடியாக அலுவலகப் பணிகளைச் செய்ய இயலாத போது அவருடைய மகனுக்கு அதிகாரத்தை உரிமையை மாற்றிக்கொடுப்பார்.

- அதிகாரப்பத்திரத்தில் முதல்வர் முகவர் சாட்சிகளின் கையொப்பம் இடம் பெற்றிருக்கும், அவர்களின் புகைப்படமும் அவசியம்.

- 2010 நவம்பர் மாதத்துக்குப் பிறகு ஒப்பந்தமாகும் அதிகாரப் பத்திரத்தைப் பதிவு செய்வது கட்டாயம்.

- அதிகாரப்பத்திரத்தை எழுதியவரோ அல்லது பெற்றுக் கொண்டவரோ இயற்கை எய்தினால் அந்த அதிகாரப்பத்திரம் காலாவதியாகிவிடும்.

- அதிகாரப்பத்திரத்தை எழுதிக்கொடுக்கும் முதல்வர் அதனை ரத்து செய்யும் அதிகாரத்தினையும் பெற்றிருக்கிறார். .

- அதிகாரப்பத்திரத்தைக் கொண்டு நிலம் வாங்கும் நபராக இருந்தால், அதிகாரம் கொடுத்தவர் உயிரோடு இருக்கிறாரா என்பதை உறுதி செய்துகொள்ளுங்கள். அப்படி முதல்வர் இருந்தால் அவரை சந்தித்து அதிகாரப் பத்திரம் எழுதிக் கொடுத்தது உண்மைதானா என்பதையும் உறுதி செய்து கொள்ளுங்கள்.

- ஒரு சமயம் முதல்வர் வெளிநாட்டில் வசிப்பவராக இருந்தால் நோட்டரி பப்ளிக்கின் அங்கீகாரத்துடன் அந்த அதிகாரப் பத்திரம் எழுதப்பட்டிருக்க வேண்டும். மேலும் அதில் எழுதப் பட்டிருக்கும் வாசகங்களைப் படித்து அதிகாரம் எதற்காகக் கொடுக்கப்பட்டது, முகவருக்கு சொத்தை விற்கும் அதிகாரம் கொடுக்கப்பட்டுள்ளதா என்பதை உறுதி செய்துகொள்ள வேண்டும். வெளிநாட்டில் இருந்து தமிழகத்துக்கு வந்த அதிகாரப்பத்திரமாக இருந்தால் அதனைப் பெற்ற முகவர் 120 நாட்களுக்குள் அதிகாரப் பத்திரத்தை பதிவு செய்யவேண்டும்.

- அதிகாரப்பத்திரத்தினை சார்பதிவாளர் அலுவலகத்தில் பதிவு செய்வதால் வில்லங்கச் சான்றிதழில் அதிகாரம் வழங்கிய விவரங்கள் தெரியவரும்.

பொது அதிகாரப்பத்திரத்தை உபயோகித்து சொத்தை விற்பனை செய்ய இயலுமா?

பொது அதிகாரப்பத்திரத்தைப் பயன்படுத்தி சொத்தை விற்பனை செய்ய இயலுமா என்ற கேள்வி வருவதற்கான அவசியம் எங்கிருந்து வந்தது? பொது அதிகாரப் பத்திரத்தில் சொத்து விற்பனை செய்ய

என்ற ஒரு வரியைச் சேர்த்துவிட்டால் வேலை முடிந்தது என்றுதான் எல்லோரும் நினைத்துக் கொண்டிருக்கிறோம்.

'சூரஜ் லேம்ப்' என்ற வழக்கில் உச்சநீதிமன்றத்தின் தீர்ப்பு: (Suraj Lamp and Private Limited vs. State of Harayana and another):

விற்பனை ஒப்பந்தப் பத்திரம், உயில் மூலம் உரிமை மாற்றம், பொது அதிகாரப் பத்திரத்தின் மூலம் சொத்தின் உரிமை மாற்றம் ஆகியவற்றைப் பற்றி இந்த வழக்கில் விவாதிக்கப்பட்டது. இந்த வழக்கின் தீர்ப்பு 2011 அக்டோபரில் கொடுக்கப்பட்டது. இந்தத் தீர்ப்புக்குப் பிறகு பொது அதிகாரப்பத்திரத்தின் மூலம் நிலம் விற்பனை செய்ய இயலாது. தீர்ப்புக்கு முன்பு மேற்கொண்ட சொத்துப் பரிவர்த்தனைகளை இந்தத் தீர்ப்பு பாதிக்காது.

15

மாற்றுமுறை ஆவணச்சட்டம்

பணம் என்ற ஒன்று புழக்கத்துக்கு வருவதற்கு முன்பு பொருள்களை வாங்க பண்டமாற்று முறையைக் கையாண்டனர். ஒரு படி அரிசியைக் கொடுத்தால் அதற்கு ஈடாக அவர்களிடம் உள்ள ஒரு படி பருப்பைக் கொடுப்பார்கள். இதற்கு பண்டமாற்று முறை என்று பெயர். இம்முறையின் மைய நோக்கம் பொருளுக்கு விலையாக பணமாக இல்லாமல் இன்னொரு பொருள் என்றிருந்தது. உலகம் வணிகமயமானபொழுது அவற்றைக் கட்டுப் படுத்த வணிக சட்டங்கள் இயற்றப்பட்டன. அவற்றில் ஒன்றுதான் 1881ல் கொண்டுவரப்பட்ட மாற்றுமுறை ஆவணச்சட்டம்.

ஒரு வீட்டை விலைக்கு வாங்குபவர் பத்து லட்சம் ரூபாய் தொகையைச் செலுத்தவேண்டும் என்னும்போது பத்து லட்ச ரூபாயை பையில் வைத்து அடைத்து எடுத்துச் செல்வது சிரமமாக இருக்கும். மற்றும் பணத்தைப் பத்திரப்படுத்தி பாதுகாக்க வேண்டிய அவசியமும் உண்டாகிறது. பணத்தைக் கொண்டுபோகும் வழியில் களவு போவதற்கான சாத்தியக் கூறுகளும் அதிகம். பணத்துக்கு மாற்றாக அதன் மதிப்பிற்கு இணையாக எளிதில் கையாளக்கூடிய, களவு போனாலும் அதன் மதிப்பை மீட்டெடுக்க பணத்திற்கு மாற்றாகக் கொடுக்கப்படும் ஆவணம் உருவாக்கப்பட்டது. காசோலை, வரைவோலை, பில் ஆஃப் எக்சேஞ்ச், பிராமிசரி நோட் என பணப்பரிவர்த்தனைகளின் மாற்று வகைகளும் நீண்டன.

இந்தச் சட்டம் அமலுக்கு வருவதற்கு முன்பு வரை ஆங்கிலேய சட்டம்தான் நடைமுறையிலிருந்தது

மாற்றுமுறை ஆவணம் (Negotiable Instrument) என்பது ஒருவர் எழுதிக்கொடுக்கும் ஆவணமானது இன்னொரு நபருக்கு மாற்றிக் கொடுப்பதின் மூலம் உரிமை மாற்றம் பெறுகிறது. செக், பில் ஆஃப் எக்சேஞ்ச், பிராமிசரி நோட் ஆகியவை மாற்றுமுறை ஆவணத்தின் அங்கங்களாகும்.

காசோலை (Cheque):

இரண்டு புறமும் கூர்மையாக உள்ள கத்தியைப் போன்றது காசோலை. செக் எப்போது வேண்டுமானாலும் சிக்கலில் மாட்டி விட்டுவிடும். செக் எழுதிக் கொடுப்பவரும், அதை பெற்றுக் கொள்பவரும் கவனமாகக் கையாளவேண்டிய ஒன்று காசோலை.

கடன் தொகையை திருப்பிச் செலுத்த, வர்த்தகப் பரிவர்த்தனை என அனைத்துத் தரப்பு வணிக நடவடிக்கைகளுக்கும் செக் பயன்படுத்தப் படுகிறது. வங்கிக் கணக்கில் போதிய பணம் இருப்பில் இல்லாத போதும் இரண்டு மாதத்துக்கு பின் தேதியிட்டு காசோலையை வழங்குவர். கடன் கொடுத்தவரோ அல்லது பொருளை விற்றவரோ கடனாளி அல்லது பொருளை வாங்கியவரிடமிருந்து பாதுகாப்புக்காக பின் தேதியிட்ட செக்கை வாங்கிக்கொண்டு அதை பத்திரப்படுத்தி வைத்துக்கொள்வார்.

இரண்டு மாதத்துக்குப் பிறகு காசோலையை வங்கியில் செலுத்தி காசோலையை எழுதிக் கொடுத்தவரின் வங்கிக் கணக்கில் பணமில்லாவிட்டால் ஏமாற்றப்படுவோமே என்ற அச்சம் வெளிப்படையாகத் தெரிந்தாலும் செக்கை வாங்கி வைத்திருப்பவர் தைரியமாக இருப்பார். அதற்குக் காரணம் மாற்றுமுறை ஆவணசட்டம் பிரிவு 138. காசோலை எழுதிக் கொடுத்தவரின் வங்கிக் கணக்கில் பணமில்லாமல் அல்லது வேறு ஏதோ காரணத்துக்காக வங்கியில் இருந்து காசோலை திரும்பி வந்தால் ஏமாற்றப்பட்டவருக்கு சாதகமாக பக்கபலமாக நிற்கிறது பிரிவு 138.

மாற்றுமுறை ஆவணச்சட்டம் 1881 பிரிவு 138:

செக் மோசடி செய்தால் பாதிக்கப்பட்டவர் மோசடி செய்த நபரின் மீது சிவில் வழக்குத் தொடரலாம். இந்தச் சட்டம் 1881 ல் அமலுக்கு வந்ததில் இருந்து அறிமுக நடிகரைப்போல வெளியுலகின் கவனத்தை அதிகம் கவராமல் இருந்தது. 1988 ல் கொண்டுவரப்பட்ட

திருத்த சட்டத்தின்படி இந்தச் சட்டத்துக்கு சூப்பர் ஸ்டார் அந்தஸ்து கிடைத்தது.

முன்பெல்லாம் செக் பவுன்ஸ் ஆகும்போது சிவில் வழக்கு தொடரமுடியும் என்ற நிலையிருந்ததால், செக்கை எழுதிக் கொடுப்பவர்கள் மோசடியில் ஈடுபடவும் , வங்கி இருப்பில் பணம் வைத்துக்கொள்ளாமல் எதிராளியை ஏமாற்றவும் தயவுதாட்சண்யம் காட்டியதில்லை பாதிக்கப்பட்டவர் நீதிமன்றத்தை நாடினாலும் நமக்குப் பெரும் நஷ்டமோ கஷ்டமோ உண்டாகப்போவதில்லை என்று அறிந்திருந்ததால் செக்கை எழுதிக்கொடுத்தவர் மெத்தனமாக இருந்தார்.

பின்னர் காசோலை மோசடியில் ஈடுபடுவோரின் சிம்ம சொப்பனத்தை கலைக்க வந்ததுதான் திருத்த சட்டம். இதன்படி, வங்கியில் பணமில்லை என்று காசோலை திரும்பி வந்தால் மோசடி ஆசாமியின்மீது கிரிமினல் நடவடிக்கை எடுக்கலாம். உண்மை நிரூபணமானால் ஒரு வருட சிறைத்தண்டனை என்று முள் வேலியை முன்னிறுத்தி காசோலை பெறுபவருக்குப் பாதுகாப்பை பலப்படுத்தியது.

பாதுகாப்பு பலப்பட்டபோதும் செக் பவுன்ஸ் வழக்கை எங்கு பதிவு செய்வது என்பதில் பெரும் குழப்பம் நீடித்தது. செக்கை எழுதிக் கொடுத்தவர் வசிக்கும் எல்லைகுட்பட்ட நீதிமன்றத்திலா? காசோலை வரையப்பட்ட வங்கி அமைந்திருக்கும் எல்லைக்குட் பட்ட நீதிமன்றத்திலா? காசோலையை பணமாக்க, அதைப் பெற்றுக் கொண்டவர் செலுத்தும் வங்கி அமைந்த வரையறைக்குள் அமைந்த நீதிமன்றத்திலா? என்பது போன்ற குழப்பம் நீடித்த வண்ணம் இருக்க காசோலை மோசடிக்கான வழக்குகளும் குவிந்தன.

பாஸ்கரன் வழக்கு: (K.Baskaran vs Sankaran Vidya balan and Anr)

செக் பவுன்ஸ் ஆனால் எந்த நீதிமன்றத்தில் வழக்கைத் தொடர்வது என்ற கேள்விக்கு இந்த வழக்கின் தீர்ப்பு முற்றுப்புள்ளி வைத்தது. செக்கை வரைந்தவர் டெல்லியில் இருக்கும் வங்கியின் செக்கை கொடுத்திருப்பார். செக்கை பெற்றுக்கொண்டவர் சென்னையில் உள்ள அவரது வங்கிக் கணக்கில் செக்கை டெபாசிட் செய்திருப்பார். கணக்கில் பணமில்லை என்று வங்கியில் இருந்து திரும்பி வந்த செக்கை எழுதிக்கொடுத்தவர் கணக்கு வைத்துள்ள டெல்லியில் உள்ள நீதிமன்றத்தில்தான் வழக்கு தொடரமுடியும் என்பதால் பாதிக்கப்பட்டவர்கள் அலைக்கழிக்கப்பட்டனர். இந்த வழக்கின் தீர்ப்பு அந்த நிலையை மாற்றியது. பாதிக்கப்பட்டவர்

வங்கிக் கணக்கு உள்ள அல்லது செக்கை டெபாசிட் செய்த எல்லைக்குட்பட்ட நீதிமன்றத்திலேயே வழக்குத் தொடரலாம் என்ற தீர்ப்பு பாதிக்கப்பட்டவர்களுக்கு வரமாக அமைந்தது.

எழுதுகோலால் எழுதப்பட்டு கையொப்பமிடாத காசோலைகள் இரண்டு வகையாகப் பிரிக்கப்படுகின்றன. ஒன்று இ - செக் மற்றொன்று (Truncation cheque) டிரன்கேஷன் செக்

இ - செக் (E - Cheque)

A என்பவர் அவரது இரண்டு லட்ச ரூபாய்க்கு இந்தியன் வங்கியின் காசோலையை B என்பவருக்குக் கொடுக்கிறார். அந்த செக்கை B என்பவர் அவரது வங்கிக் கணக்கில் டெபாசிட் செய்தபிறகு அது பணமாக மாறி Bயின் வங்கிக் கணக்கில் வந்து சேர கால அவகாசம் தேவைப்படும். இந்த இ- செக், நேரத்தைச் சேமிக்க உதவுகிறது. பணப்பரிமாற்றத்தைத் துரிதப்படுத்துகிறது. சட்டப்படியாக ஒரு செக்கில் என்னென்ன விவரங்கள் இருக்க வேண்டுமோ அவை அனைத்துமே இ- செக்கில் இடம் பெற்றிருக்கும். இரண்டு தனி நபர்களோ அல்லது வணிகத்தில் ஈடுபட்டிருக்கும் அமைப்பினரோ இதனை பயன்படுத்திக்கொள்ளலாம்.

காசோலையை வரைபவர் எழுதி கையொப்பம் இடும் நிலையிலிருந்து அடுத்தகட்டமாக இ -செக், நடைமுறைக்கு வந்தது. அதன்படி சாஃப்ட் காபியாக வடிவம் பெற்றுள்ள செக்கில் அதன் உரிமையாளரின் கையொப்பமும் சாஃப்ட் காப்பி வடிவத்திலேயே இடம் பெரும் எழுதியவரின் கையொப்பம் பேனாவால் எழுதப் பட்டிருக்காது, டிஜிட்டல் கையொப்பமாக இருக்கும்.

பணம் கொடுப்பவர் அவரது டிஜிட்டல் கையொப்பமிட்ட இ-காசோலையை பணம் பெறுபவருக்கு மின்னஞ்சல் மூலமாகவோ அல்லது வேறு இணைய சேவை மூலமாகவோ அனுப்பி வைப்பார். இ-செக்கை பெற்றுக்கொண்டவர் அவரது டிஜிட்டல் கையொப்ப மிட்டு இ- செக்கை டெபாசிட் செய்வார்.

இவர்களின் டிஜிட்டல் கையொப்பங்களை சரி பார்த்த பின் பணம் கொடுப்பவரின் கணக்கிலிருந்து செக்கில் குறிப்பிட்டிருக்கும் தொகையானது பணம் பெறுபவரின் கணக்கிற்கு மாற்றப்படும். துரிதமாக பணம் பெறுபவரின் கணக்கில் பணம் சேர்ப்பிக்கப்படும். செக்கை தூக்கிக் கொண்டு வங்கிக்கு நடக்க வேண்டியதில்லை. காசோலையைத் தொலைத்துவிட்டுத் தவிப்பது, காசோலை மோசடியில் சிக்கிக்கொண்டு வாட்டி எடுக்கப்படுவது இந்தப்

பிரச்னைகள் தவிர்க்கப்படும். வங்கிகளுக்கும் இ - செக் முறை பயனளிக்கும் ஒன்றுதான்.

இ - செக் நடைமுறைப்படுத்துவதற்கு, முறையான டிஜிட்டல் தெளிவு தேவை. எழுதிக் கொடுப்பவர் மற்றும் பெறுபவர் கணக்கு வைத்திருக்கும் வங்கிகளில் இ - செக் சேவையை பயன்படுத்திக் கொள்ளும் வசதி இருந்தால் மட்டுமே இ- செக் வரைய இயலும்.

காசோலை பரிவர்த்தனை ஒப்பந்தத் தீர்வு (CTS - Cheque Truncation System):

மின்னணு மூலம் பணப் பரிவர்த்தனைகளை மேற்கொள்ள மொத்த ஒப்பந்தத் தீர்வுமுறை 'RTGS - (Real Time Gross Settlement)' என்பதை ரிசர்வ் வங்கி அறிமுகப்படுத்தியது. இதன் மூலம் பணப் பரிவர்த்தனைகளை வெகு சுலபமாக மின்னணு மூலம் ஒருவர் கணக்கிலிருந்து இன்னொருவர் கணக்கிற்கு மாற்றம் செய்துவிட முடியும். இம்முறை நடைமுறையில் இருந்தாலும் இணைய பயனாளிகளுக்கு மட்டுமே RTGS, NEFT (National Electronic Fund Transfer) போன்ற பணப்பரிவர்த்தனைகள் சாத்தியப்படும்.

எளிய மக்களைப் பொறுத்தவரை இவை இன்னும் எட்டாக் கனிதான். வங்கியின் ஏ.டி.எம். (ATM) வாயிலில் நின்றிருந்த தொழிலாளி ஒருவர் தன்னுடைய புதிய ஏ.டி.எம். அட்டைக்கு பாஸ்வேர்ட் உருவாக்கித் தருமாறு பணம் எடுக்க வருவோரிடம் கேட்டுக்கொண்டிருந்தார். இந்தியா டிஜிட்டல் பரிவர்த்தனைக்குத் தயாராகிக் கொண்டிருக்கும் வேளையில், பாஸ்வேர்ட் என்பது ரகசியமாக பாதுகாக்கப் படவேண்டியது என்பதைக்கூட உணராதவர்கள் மொத்த மக்கள் தொகையில் முக்கால் சதவிகிதம் இருக்கின்றனர். அதனால் காசோலையின் பயன்பாட்டைத் தவிர்க்க இயலாது என்று உணர்ந்த ரிசர்வ் வங்கி, காசோலை மூலம் பணப்பரிவர்த்தனை நிகழ்வதை சுலபமாக்கும் திட்டத்தை 2010 ல் கொண்டுவந்தது. அது தான் CTS-Cheque Truncation System 'காசோலை பரிவர்த்தனை ஒப்பந்தத் தீர்வு'.

காசோலையின் பயன்பாட்டை வேறு வடிவில் மற்றும் துரிதமாக பணம் கொடுப்பவரின் கணக்கிலிருந்து பணம் பெறுபவரின் கணக்கிற்கு மாற்றுவதற்கான மற்றொரு மாற்று முறைதான் 'காசோலை பரிவர்த்தனை ஒப்பந்தத் தீர்வு'. என்பது காசோலையின் ஊடுகதிர் படம் எனலாம். பாரத ஸ்டேட் வங்கியின் காசோலையை பெற்ற ஒருவர் அவர் கணக்கு வைத்திருக்கும் யூனியன் வங்கியில் காசோலையை செலுத்துகிறார் என்று வைத்துக்கொண்டால்

அந்தக் காசோலையானது பணமாகச் செலுத்தியவரின் கணக்கில் வந்து சேர சில நாட்களாகும்.

CTS அறிமுகமானதும் வங்கிக்குச் சென்று வரிசையில் நின்று காசோலையை செலுத்தவேண்டிய அவசியமும் குறைக்கப் பட்டது. வங்கியிலோ அல்லது ஏ.டி.எம்.களிலோ காசோலையைச் செலுத்தலாம். காசோலையில் உள்ள ஊடுகதிர் மூலம் காசோலை படமாக்கப்பட்டு மின்னணு வழியாக கிளியரிங் ஹவுஸுக்கு அனுப்பப்பட்டு செலுத்தியவரின் கணக்கில் விரைவாக வந்து சேரும்.

2002 ல் கொண்டுவரப்பட்ட திருத்தம்:

காலங்கள் மாற மாற பரிவர்த்தனைகளின் விதமும் மாறுபடுகிறது அதனால் சட்டத்தில் திருத்தம் கொண்டுவர வேண்டியது அவசியமாகிறது. செய்திகளைப் பகிர்ந்துகொள்ள கடிதங்கள், தந்தி, பேஜர் என்று மட்டும் இருந்த நிலை மாறி தகவல் தொழில் நுட்பங்களின் வளர்ச்சி கொடி கட்டிப் பறந்தது. வர்த்தகங்கள் இணையத்தின் வழி அரங்கேறியது. அதனால் இணைய குற்றங்களை மற்றும் தகவல் தொழில்நுட்பத்தால் உருவாகும் குற்றங்களைக் கட்டுப்படுத்தவும் குற்றச்செயலில் ஈடுபடுபவர்களை கட்டுப்படுத்தவும் தகவல் தொழில்நுட்ப சட்டம் 2000ல் கொண்டுவரப்பட்டது. 2002ல் மாற்றுமுறை ஆவண சட்டத்தில் கொண்டுவரப்பட்ட திருத்தத்தில் பிரிவு 6 மற்றும் தகவல் தொழில் நுட்ப சட்டத்தில் பிரிவு 81 A இவை இரண்டும் புதிய பிரிவுகளாகச் சேர்க்கப்பட்டது.

பிரிவு 61, 81, 89 ஆகியவை இணைக்கப்பட்டது. இவை அனைத்துப் பிரிவுகளும் எலக்ட்ரானிக் செக் மற்றும் காசோலை பரிவர்த்தனை ஒப்பந்தத் தீர்வு ஆகியவற்றைப்பற்றி விளக்குகின்றன.

2002 திருத்த சட்டத்தில் முத்தாய்ப்பாக வருவது பிரிவு 138. இதன்படி காசோலை மோசடிக்குத் தண்டனையாக ஒரு வருட கால சிறை தண்டனை இரண்டு வருட காலமாக மாற்றப்பட்டது.

செக் மோசடி வழக்குத் தொடர கொடுக்கப்பட்ட கால அவகாசம் முடிவடைந்தால் நீதிமன்றத்தில் வழக்குத் தொடர முடியாது. பிரிவு 142-ல் கொண்டுவந்த திருத்தத்தின்படி சட்டத்தில் குறிப்பிட்டுள்ள கால அவகாசத்துக்குள் தன்னால் ஏன் வழக்குத் தொடர இயலவில்லை என்ற காரணத்தை நீதிமன்றம் ஒப்புக்கொள்ளும் வகையில் பாதிக்கப்பட்ட நபர் தெளிவுபடுத்தினால் கால அவகாசம்

முடிந்த பிறகும் காசோலை மோசடி வழக்கைப் பதிவு செய்ய நீதிமன்றம் அனுமதிக்கும்.

காசோலை மோசடி தொடர்பான வழக்கு:

செக் மோசடி வழக்கு என்று பலதரப்பட்ட வழக்குகளை எடுத்துரைக்கலாம். அதில் வழக்குத் தொடர்ந்தவருக்குக் கிட்டிய நியாயத்தையும் முன்வைக்கலாம். அது அனைவரும் அறிந்ததே. அதனால் சாதக தீர்ப்பை எழுதுவதைவிட பாதகமான தீர்ப்பை எழுதினால் வழக்குத் தொடர்வதற்கு முன் கூடுதல் கவனம் செலுத்துவோம் என்பதால், காசோலை மோசடியில் வழக்குத் தொடர்ந்தவருக்கு சாதகமான தீர்ப்பு கிட்டாத வழக்கை உதாரணமாகக் காண்போம்.

வழக்காடிகளின் பெயர்கள் மாற்றப்பட்டுள்ளன.

அவசரத் தேவைக்காக அன்பு என்பவர் வள்ளி என்பவரிடமிருந்து 06.05.2008 அன்று ரூபாய் ஐந்து லட்சம் கடனாக வாங்குகிறார். இவர்கள் இருவரும் ஒரே ஊரைச் சேர்ந்தவர்கள். கடன் பெற்றுக் கொண்ட அதே தினத்தில், கடன் வாங்கியவர், ரூபாய் ஐந்து லட்சத்திற்கு சென்ட்ரல் பேங்க் ஆஃப் இந்தியா வங்கியின் 6.7.2008 என்ற தேதியிட்ட, 082377 எண்ணுடைய காசோலையை வள்ளியிடம் கொடுக்கிறார்.

இரண்டு மாதங்களுக்கு பின் லக்ஷ்மி விலாஸ் வங்கியில் வள்ளி அந்த செக்கை செலுத்துகிறார். வங்கிக் கணக்கில் போதிய தொகையில்லை என்ற அதிர்ச்சித் தகவல் அவருக்குக் கிடைத்ததும் அன்பு அவர்களுக்குச் சட்டப்படி லீகல் நோட்டீஸ் அனுப்புகிறார். இது தவறான குற்றச்சாட்டு என்று அவரது குற்றச்சாட்டை அன்பு மறுத்து பதில் அனுப்புகிறார்.

மாற்றுமுறை ஆவணசட்டம் பிரிவு 138ன் கீழ் கோயம்புத்தூர் ஜுடிசியல் மேஜிஸ்ட்ரேட் நீதிமன்றத்தில் வள்ளி செக் மோசடி வழக்குத் தொடர்கிறார்.

வள்ளி இல்லத்தரசி. எந்தத் தொழிலும் செய்யவில்லை. எதிராளிக்கு ஐந்து லட்சரூபாய் கடன் கொடுத்த பணத்தின் வருமானம் அவருக்கு எப்படி வந்தது என்பதை அவர் தெரிவிக்கவேண்டும் என்ற கேள்வி எழுகிறது. ஆறேழு வருடங்களாக வருமான வரி கணக்கு அவரின் பெயரில் தாக்கல் செய்யப்படுகிறது. அந்தக் கணக்கை பரிசீலிக்க

எடுத்துக்கொண்டதில் எதிராளிக்கு ஐந்து லட்சம் கடன் கொடுத்ததைப் பற்றி எந்த விவரமும் அதில் பதிவாகாதது தெளிவானது.

மாதம் நாற்பதாயிரம் வாடகை மூலம் வருமானம் ஈட்டுவதாக புகார் கொடுத்தவர் விளக்கமளித்தார். புகார்தாரரின் முதல் விசாரணை மற்றும் குறுக்கு விசாரணையின்போது ஒரு மாத கால அவகாசத்துக்குள் எதிராளி கடனைத் திருப்பி செலுத்தி விடுவதாகத் தெரிவித்தார் எனச் சொன்னார். ஆனால், லீகல் நோட்டிசில் இரண்டு மாத கால அவகாசத்துக்குள் பணத்தைத் திருப்பி செலுத்தி விடுவதாக அன்பு ஒப்புக்கொண்டதாக எழுதப்பட்டிருந்தது.

அன்புக்கு லீகல் நோட்டீஸ் கிடைத்த அடுத்தநாள் காவல் நிலையத்துக்குச் சென்று தன்னுடைய செக் தவறான முறையில் பயன்படுத்தப்பட்டுள்ளது என்று புகார் கொடுத்தார். ஆனால் அவரது புகார் எடுத்துக்கொள்ளப்படவில்லை என்ற தகவலும் அன்பு தரப்பையும் சந்தேகிக்க வைத்தது.

எதிராளி ரியல் எஸ்டேட் தொழில் செய்வதாகவும் வருமான வரி 9,96,000/- செலுத்தி இருப்பதாகவும் அவர் தரப்பிலிருந்து முன்வைக்கப்பட்டது.

வழக்குத் தொடர்ந்த வள்ளியின் கணவரது கிரில் வொர்க் ஷாப் அருகே தான் எதிராளியின் ரியல் எஸ்டேட் அலுவலகம் அமைந்திருக்கிறது. அந்த விவரமும், அவர் ரியல் எஸ்டேட் தொழில் செய்யும் விவரமும் கூட வழக்குத் தொடர்ந்தவருக்குத் தெரியவில்லை என்பது விசாரணையில் தெரியவந்தது. அவரது வங்கிக் கணக்கின் இரண்டு வருட கணக்கை அலசியபோது அதில் ஒரு லட்ச ரூபாய் இருப்பு கூட எப்போதும் இருந்ததில்லை. ஒரே ஒரு தடவை 1,04,017/- ரூபாய் இருந்திருக்கிறது. பணம் இருப்பிருந்த மறுநாளே அவரது கணக்கிலிருந்து ஒரு லட்சரூபாய் எடுக்கப்பட்டுள்ளது.

இருதரப்பின் வாதத்தையும் கேட்ட நீதிமன்றம் எதிராளிக்கு சாதகமான தீர்ப்பை அளித்தது.

வள்ளி ஜுடிசியல் மேஜிஸ்திரேட் நீதிமன்றத்தில் கிடைத்த தீர்ப்புக்கு சென்னை உயர்நீதிமன்றத்தில் மேல்முறையீடு செய்தார்.

கடன் கொடுத்ததாகக் கூறப்படும் தொகை எப்படி அவருக்கு வந்தது என்று கேள்வி எழுப்பியதும் வீட்டு வாடகை மூலம் வருவதாகத் தெரிவித்திருந்தார். அதற்கான ஆதாரங்கள் நிரூபணமாகவில்லை.

ஐந்து லட்சம் ரூபாய் எதிராளிக்கு கடன் கொடுத்ததற்கான ஆதாரமும் அவரிடம் இல்லை. கடன் கொடுத்ததற்கான ஆதாரங்களை சமர்ப்பித்து, கடன் கொடுத்ததை கடன் கொடுத்தவர் நிரூபிக்க வேண்டியது அவரது கடமை. புகார்தாரர், கடன் கொடுத்ததற்கான ஆதாரங்களை மெய்ப்பிக்காததால் மேல்முறையீட்டு வழக்கு தள்ளுபடி செய்யப்படுகிறது என்று தீர்ப்பானது.

இந்தச் சிறப்பு மிக்க தீர்ப்பு செக் மோசடி வழக்கில் குறிப்பிடத்தக்கது.

மாற்றுமுறை ஆவணசட்டத்தின் முக்கிய கூறுகள்:

செக் பவுன்ஸ் - சட்ட நடவடிக்கைகள் என்னென்ன?

மாற்றுமுறை ஆவணச்சட்டம் 1881 பிரிவு 138, செக் பவுன்ஸ் பற்றி விளக்குகிறது:

உங்களிடம் யாராவது செக் கொடுத்தால் உடனடியாக அதை வங்கியில் செலுத்துங்கள்.

- காசோலையில் அன்றைய தேதியிட்டு எழுதி நான்கு மாதம் கழித்து வங்கியில் செலுத்துங்கள் என்ற நிபந்தனையோடு உங்களிடம் காசோலை கொடுத்தால் அதை நிராகரித்து விடுங்கள். ஏனென்றால்...

- காசோலையின் ஆயுட்காலம் எழுதப்பட்ட தேதியிலிருந்து 3 மாதங்கள் மட்டுமே.

- காசோலை கொடுத்தவரின் வங்கிக் கணக்கில் பணமில்லை என்று காசோலை திரும்ப வந்தால், காசோலை திரும்ப வந்ததற்காக வங்கி கொடுக்கும் காகிதங்களை பத்திரப் படுத்துங்கள்.

- காசோலையில் எழுதப்பட்ட தொகையை 15 நாட்களுக்குள் செலுத்தவேண்டும் என்று அவகாசம் கொடுத்து வழக்கறிஞர் மூலம் எதிர்த்தரப்புக்கு நோட்டீஸ் அனுப்ப வேண்டும்.

- வங்கியில் இருந்து ரிட்டனான காசோலையைத் திரும்பப் பெற்றுக்கொண்ட தேதியிலிருந்து 30 நாட்களுக்குள் லீகல் நோட்டீஸ் அனுப்ப வேண்டும்.

- காசோலையை வங்கியில் செலுத்தி திரும்ப வந்து ஒரு மாதகால அவகாசமும் முடிந்துவிட்டது. நீங்கள் லீகல் நோட்டீஸ்

அனுப்பத் தவற விட்டீர்கள் என்றால் கவலை கொள்ள வேண்டாம். காசோலையின் ஆயுட்காலம் மூன்று மாதம்வரை உள்ளது. அதனால் மீண்டும் காசோலையை வங்கியில் செலுத்தலாம். இரண்டாவது தடவையும் செக் ரிட்டனானால் திரும்ப வந்த தேதியில் இருந்து முப்பது நாட்களுக்குள் லீகல் நோட்டீஸ் அனுப்ப வேண்டும்.

- 15 நாட்கள் அவகாச காலம் முடிவடைந்த பின்பும் பணத்தை எதிராளி கொடுக்காவிட்டால், அவகாச காலம் முடிவடைந்த தேதியிலிருந்து 30 நாட்களுக்குள் நீதிமன்றத்தில் வழக்கு தொடர வேண்டும்.
- செக் பவுன்ஸ் வழக்கில் மோசடி நிரூபணமானால் 2 ஆண்டுகள் வரை சிறை தண்டனை மற்றும் செக்கில் எழுதப்பட்ட தொகையில் இருமடங்கு தொகையை அபராதமாகவும் செலுத்தும் நிலை உண்டாகும்.
- பவுன்ஸ் ஆன செக்கை பெட்டியில் வைத்துக்கொண்டு வழக்குத் தொடரலாம் என்று மெத்தனமாக இருந்தால் சட்ட நடவடிக்கை எடுக்க முடியாது. செக் பவுன்ஸ் வழக்கைப் பொறுத்தவரை கால அவகாசத்தை பின்பற்றித்தான் ஆக வேண்டும்.

கடன் உறுதிச் சீட்டு (Promisory Note)

பிராமிசரி நோட், புரோ நோட் என்று அறியப்படும் கடனுறுதிச் சீட்டு என்றால் என்ன என்று மாற்றுமுறை ஆவணச்சட்டம் பிரிவு 4 ல் விளக்கப்பட்டுள்ளது. உறவினர்களிடமோ தெரிந்தவர்களிடமோ அவசரத்துக்கு கடன் வேண்டும் என்று கேட்டால் ஆயிரமோ பத்தாயிரமோ தருவார்கள். அதுவே, லட்சக்கணக்கில் பணம் தேவை என்றால் அங்கு உறவும் நட்பும் உயிரற்றுப் போகிறது. பந்தங்கள் ஓரங்கட்டும்போது, தங்க நகையும்,சொத்து பத்திரமும் வந்து முன் நிற்கின்றன. பெரும் தொகையை கடனாகப் பெற வேண்டும் என்றால் நகையோ சொத்தோ அதற்கு ஈடாகக் கொடுக்க வேண்டும். இவை இரண்டும் இல்லாமல்கூட கடன் வாங்க முடியும். அதற்கு பாதை வகுப்பதுதான் கடனுறுதிச் சீட்டு.

கடன் தொகைக்கு ஈடாக எந்தப் பொருளையும் பெறாமல் நம்பிக்கையின் அடிப்படையில் கடன் கொடுக்கப்படுகிறது.

- வெள்ளைத் தாளில் ஒரு ரூபாய் ரெவின்யூ ஸ்டேம்ப் ஒட்டப்பட்டுத் தயாரிக்கப்படுகிறது.

- முத்திரைத்தாளில் எழுத வேண்டியதில்லை.
- கடன் தொகை எவ்வளவு பெரிய தொகையானாலும் ஒரு ரூபாய் ரெவின்யூ ஸ்டேம்ப் ஒட்டினால் போதும்.
- தேதி, எழுதியவரின் விவரம் கடன் வாங்கியவரின் விவரம் அவசியம்.
- சாட்சிகள் தேவையில்லை.
- கடன் கொடுத்தவர் கேட்கும்பொழுது, கடன் பெற்றவர் கடனைத் திருப்பிக்கொடுக்கவேண்டும்.
- கடன் தொகையை செலுத்தியதை உறுதிப்படுத்திக்கொள்ள கடனுறுதிச் சீட்டில் கடன் வாங்கியவரிடம் கையொப்பம் பெற வேண்டும்.
- இந்தத் தேதியில் கடனைத் திருப்பிக்கொடுக்க வேண்டும் என்ற வாசகம் கட்டாயம் இடம் பெறக் கூடாது.
- கேட்கும்போது பணத்தைத் திருப்பி கொடுக்க வேண்டும். இதுதான் கடனுறுதிச் சீட்டின் சிறப்பம்சம்.
- கடனுறுதி பத்திரத்தின் ஆயுட்காலம், எழுதிய தேதியில் இருந்து மூன்று ஆண்டுகள் மட்டுமே.
- மூன்று ஆண்டுகளுக்குப் பிறகு கடனுறுதிச் சீட்டு காலாவதியாகிவிடும்.
- கடன் கொடுத்தவர் கடனாளிக்கு கால அவகாசம் கொடுக்க விரும்பினால், அதே பத்திரத்தில் கையெழுத்திட்டு நீட்டிக்கும் தேதியை எழுத வேண்டும். நீட்டித்த தேதியிலிருந்து அடுத்த மூன்றாண்டுகளுக்கு அது செல்லுபடியாகும்.
- கடனுறுதிச் சீட்டில் எழுதிக் கொடுத்த கடனை வசூலிக்க காவல் நிலையத்தில் புகார் கொடுக்கச் செல்லவேண்டாம். ஏனென்றால் கடனுறுதி சீட்டு சம்பந்தமாக நியாயம் வழங்கும் இடம் சிவில் நீதிமன்றங்கள் மட்டுமே. கடனுறுதிச் சீட்டு விவகாரத்தில் காவல்துறை தலையிடக் கூடாது, வழக்கை எடுத்துக்கொண்டு பஞ்சாயத்து செய்யும் அதிகாரம் அவர்களுக்கு கிடையாது என்று சட்டம் சொல்கிறது.

- கடன் தொகையை செலுத்திவிட்டால் கடன் வாங்கியவர் கடன் செலுத்திய விவரத்தை கடனுறுதிச் சீட்டில் எழுதி கையெழுத்திட்டு உறுதிப்படுத்திக்கொண்டு கடனுறுதிச் சீட்டை கடன் கொடுத்தவரிடமிருந்து திரும்ப வாங்கிக்கொள்ளவேண்டும்.

- கடன் தொகையுடன் சேர்த்து நியாயமான வட்டித் தொகையையும் குறிப்பிடவேண்டும்.

- கடன் வழங்கியவர் இறந்துவிட்டால் அவரது வாரிசுகள் கடன் வாங்கியவரிடம் வசூலிக்கலாம்

- அதேபோல கடன் வாங்கியவர் காலமாகிவிட்டால் அவரது வாரிசுகளிடம் கடன் கொடுத்தவர் வசூலிக்கும் உரிமை இருந்தாலும் கடன் கொடுத்தவருக்குக் கூடுதல் சுமை ஏற்றி வைக்கப்படுகிறது. கடன் வழங்கியவர் அதற்கான ஆதாரத்துடன் நிரூபிக்கவேண்டும் என்று வழக்கொன்றில் நீதிமன்றம் குறிப்பிட்டுள்ளது.

ஏழைகளைத் துன்புறுத்தும் கடனுறுதிச் சீட்டு:

என் கட்சிக்காரர் ஒருவரின் தந்தை அவரது நண்பரிடம் கடனுறுதிச் சீட்டு எழுதிக்கொடுத்து அவரது நிலத்தை வாங்கியுள்ளார். அது, முறைப்படி பத்திரப்பதிவும் செய்யப்பட்டுள்ளது. கட்சிக்காரரின் உறவினர் கட்சிக்காரரை அந்த நிலத்தை அனுபவிக்கவிடவில்லை.

இருதரப்புக்கும் கைகலப்பு உண்டாகி காவல் நிலையம் சென்று திரும்பியுள்ளனர். உறவினருக்குப் பயந்து கட்சிக்காரர் அந்த நிலத்தை உபயோகப்படுத்தாமலேயே இருந்துள்ளார். நிலத்தின் உரிமை கைமாறிய பிறகும் அதன் அனுபோக உரிமை கட்சிக்காரரின் குடும்பத்தின் வசம் வரவில்லை. கடனுறுதி சீட்டை எழுதிக் கொடுத்த கட்சிக்காரர் நிலத்தை அனுபவிக்காததால் கடனை திருப்பிச் செலுத்தவில்லை. கடன் கொடுத்தவரும் அதைக் கேட்க வில்லை. இந்தச் சம்பவம் நிகழ்ந்து பத்து வருடங்கள் கடந்து விட்டது.

திடீரென ஒரு நாள் மாலை கட்சிக்காரரின் வீட்டுக்கு காவல் ஆய்வாளர் நேரில் வந்துள்ளார். 'உன் தந்தை கடனுறுதி சீட்டை எழுதிக் கொடுத்து நிலம் வாங்கியுள்ளார். கடனை திருப்பிச் செலுத்தவில்லை. அதனால் நாளைக்கு நேரில் வாங்க' என்று அறிவிப்பு செய்துவிட்டுக் கிளம்பிவிட்டார் அதிகாரி.

கட்சிக்காரரும் அவரது தந்தையும் காவல் நிலையம் சென்றதும் கட்டப்பஞ்சாயத்து தொடங்கியிருக்கிறது. கடனுறுதிச் சீட்டு எழுதி வாங்கியவருக்கு நிலத்தை கிரையம் செய்து கொடுக்கவேண்டும் அல்லது தற்போது சந்தை மதிப்பின்படி நிலத்திற்குண்டான தொகையைக் கொடுக்கவேண்டும் என்ற முடிவை அவர்கள்மீது திணித்து அனுப்பி வைத்துள்ளனர்.

இதே போன்ற மிரட்டல்கள், நழுவல்கள் என இரண்டு தடவை காவல் நிலையத்துக்குச் சென்று வந்திருக்கின்றனர்.

கட்சிக்காரர் எனக்கு போன் செய்து விவரத்தைத் தெரிவித்தார். 'நாங்கள் நீதிமன்றத்தில் வழக்குப் போடுகிறோம் என்று தெரிவித்து விடுங்கள்' என்று சொல்லி அனுப்பினேன். 'வழக்கெல்லாம் இல்லை. இங்கேயே தீர்க்க வேண்டும்' என்று காவல் துறையின் கெடுபிடி அதிகமானதும், கட்சிக்காரர் காவல்நிலையத்துக்கு வரும்படி என்னைக் கட்டாயப்படுத்தினார். 'காவல்நிலையம் வர இயலாது. நீதிமன்றத்தில் வழக்குப் போட்டுக்கொள்ளலாம்' என்று அனுப்பி வைத்தேன்.

எதிர் பார்ட்டி வரவில்லை என்று மாலைவரை காவல்நிலையத்தில் காக்க வைத்திருக்கிறார்கள்.

கட்சிக்காரர் விடுவதாக இல்லை.வேறு வழியின்றி காவல்நிலையம் சென்றோம். கட்சிக்காரர் தொழிலாளி. அவரது தந்தையோ வயதானவர். காவல் ஆய்வாளர் அவர்கள் இருவரையும் கிடுக்கிப்பிடி பிடித்தார்.

'சார் இதுமாதிரியான விஷயங்களை நீதிமன்றத்தில்தான் விசாரிக்க வேண்டும். எனது கட்சிக்காரர் வழக்கு தொடுக்க உள்ளார். அதனால் இதை இத்துடன் முடித்துக் கொள்ளுங்கள்' என்றேன்.

'பாண்டு எழுதிக் கொடுத்திருக்கிறார். எவ்வளவு பெரிய ஏமாற்றுக்காரர்' என்று கட்சிக்காரரின் வயதான தந்தையை சரமாரியாக கேள்வியால் துளைத்தெடுத்தார் ஆய்வாளர்.

'பத்து வருடத்துக்கு முன்பு எழுதிய புரோ நோட். இப்போது காலாவதியாகிவிட்டது' என்ற பதிலைச் சொன்னதும், 'ஆமாம். ஆனால் தர்மம் என்ற ஒன்று இருக்கிறதே' என்று நீதிபதியைப்போல இருதரப்பினரையும் நிற்க வைத்து விசாரித்தார். இந்த காமெடி சீன்களை எல்லாம் காணவேண்டிய கொடுமை.

'நீங்க என்ன சொல்றிங்க மேடம்?' என்று இடையிடையே நம்மை கேட்பார்.

‘சார்! இது சிவில் மேட்டர். என் கட்சிக்காரர் வழக்கு போடுவார். அதனால் இதை இத்துடன் முடித்துக்கொள்ளுங்கள்’

‘நான் அவரிடம் கடனே வாங்கலை என்று சத்தியம் பண்ணு’ என்று சென்டிமென்ட் அஸ்திரம் ஒன்றை ஆய்வாளர் எடுத்து வீசினார். நாம் காவல் நிலையத்தில் இருக்கிறோமா அல்லது கோயிலில் இருக்கிறோமா என்ற சந்தேகம் வந்துவிட்டது.

‘நீங்க சொல்றதால் விடறேன்’ என்று ஒரு முடிவுக்கு வந்த ஆய்வாளர், கட்சிக்காரரிடம் எழுதி வாங்கிக்கொண்டு அவரை விடுவித்தார்.

‘மேடம் நீங்க மட்டும் வரலைன்னா எங்களை மிரட்டி நிலத்தை எழுதி வாங்கிட்டுத்தான் விட்டிருப்பாங்க.’ என்றார் என் கட்சிக்காரர்.

ஒரு வாரத்துக்குப் பிறகு கட்சிக்காரர் மீண்டும் போன் செய்தார். காவல் ஆய்வாளர் காவல் நிலையம் வரச் சொல்லி இருக்கிறார். எதிர்தரப்பினர் ஒருமித்து ஒரு முடிவுக்கு வந்திருக்கின்றனர். குறிப்பிட்ட தொகையைச் செலுத்தினால் போதுமாம். அதனால் பேசித் தீர்த்துக் கொள்ளலாம் என்று சொன்னாராம் ஆய்வாளர்.

‘எக்காரணத்தைக் கொண்டும் நீங்களோ அல்லது உங்கள் தந்தையோ காவல் நிலையம் செல்லவேண்டாம். நான் பேசிக்கொள்கிறேன்’ என்று அனுப்பி வைத்தேன்.

இந்த விவகாரத்தில் முழு விவரங்களை எழுத இயலவில்லை. அப்பாவி மக்களிடம் இதுபோன்ற அராஜகங்கள்தான் அரங்கேறிக் கொண்டிருக்கிறது என்பதை யாரும் மறுக்க மாட்டார்கள்.

இது ஒரு உதாரணம் மட்டும்தான். இதுபோன்ற அராஜகங்கள் அன்றாடம் ஏதோ ஒரு காவல்நிலையத்தில் நடந்த வண்ணம் இருக்கிறது.

- புரோ நோட்டில் இருக்கும் கடன் தொகையை வசூலித்துக் கொடுக்கும் அதிகாரம் காவல் அதிகாரிகளுக்கு இல்லை.
- அவர்கள் சிவில் விஷயங்களில் தலையிடக் கூடாது.
- மூன்று வருடத்துக்கு மேல் புரோ நோட்டுக்கு ஆயுள் இல்லை என்ற பொது அறிவுகூட அதிகாரிக்கு இல்லை என்றால் சாதாரண பொதுமக்கள் இதை எப்படித் தெரிந்து வைத்திருப் பார்கள். காலாவதியான புரோநோட்டை வைத்துக்கொண்டு,

புகார்தாரருக்கு சாதகமாக காய் நகர்த்தி, இருபது லட்ச ரூபாய் சொத்தை தாரை வார்த்துக் கொடுக்க முயன்றுகொண்டிருக்கும் நபர்களை, நீதிமன்றம்தான் தண்டிக்கவேண்டும். அதற்குத் துணிந்து நீதிமன்றத்தில் புகார் அளிப்போர்தான் எவரும் இல்லை.

மாற்றுச் சீட்டு: (Bill of Exchange)

மாற்றுமுறை ஆவணச்சட்டம் பிரிவு 5 ல் மாற்றுச் சீட்டு என்றால் என்ன என்பதைப் பற்றித் தெளிவாகத் தெரிந்துக்கொள்ளலாம் .

நிறுவனத்தினர், கடைக்காரர்கள் தாங்கள் விற்பனை செய்யும் பொருளுக்கு உரிய மதிப்பை வாங்குபவரிடமிருந்து பெற்றுக் கொள்வார்கள். பொருளை வாங்க வருபவரிடம் போதிய பணம் இல்லாவிட்டால் கடனாகக் கொடுக்கும்படிக் கேட்பார்கள். கடன் தொகையை வசூலிக்க காசோலையாக வாங்கிக்கொள்ள வசதியில்லாதபோது அல்லது பணத்துக்கு பதில் வாங்கி வைத்துக்கொள்ள வேறெந்த மாற்று ஏற்பாடும் இல்லாதபோது கடைக்காரருக்கு பொருளை கடனாகக் கொடுப்பதில் தயக்கம் உண்டாகும். பணம் வாங்காமல் பொருளை விற்பனை செய்தபிறகு, நான் பணம் கொடுத்துத்தான் வாங்கினேன் என்று வாங்கிச் சென்றவர் கூறும்போது, இல்லை நீ கடனாகத்தான் வாங்கிச் சென்றாய் என்பதை ஆணித்தரமாக சொல்வதற்கு பில் ஆஃப் எக்சேஞ் என்னும் மாற்றுச் சீட்டு உதவுகிறது. கடன் கொடுப்பவர் மாற்றுச்சீட்டை எழுதுவார். கடன் பெற்றுக்கொண்டவர் அதை ஏற்றுக்கொண்டு கையொப்பம் இட்டுக்கொடுப்பார். மாற்றுச் சீட்டை அதை எழுதிய விற்பனையாளர் வைத்திருப்பார். மாற்றுச் சீட்டில் எழுதியுள்ள தேதியில் பொருளை வாங்கியவர் பணத்தை கொடுக்க வேண்டும் .

மாற்றுச் சீட்டின் முக்கிய அம்சங்கள்:

மாற்றுச் சீட்டை சரக்கை கடனாகக் கொடுப்பவர் எழுதுவார். கடனுக்குண்டான தொகையை எந்தத் தேதியில் செலுத்த வேண்டும் என்று எழுத வேண்டும். ஒரு ரூபாய் ரெவின்யூ ஸ்டேம்ப் ஒட்ட வேண்டும். மாற்றுச் சீட்டு கட்டளையைப் போன்றது. வரைபவர், பெறுபவர், பணம் வாங்கிக்கொள்பவர் என்ற மூன்று தரப்பினர் இதில் அங்கம் வகிப்பவர். வரைபவர், பெறுபவர் சரி. மழைக்கு திடீரென்று முளைத்த காளான்போல பணம் வாங்கிக்கொள்பவர் இங்கு எப்படி வந்தார் அதுதானே உங்கள் சந்தேகம். உதாரணம்: A

என்பவர் பொருளை Bக்கு விற்பனை செய்கிறார். பணத்தை செலுத்துவதற்கு மாற்றுச்சீட்டும் தயாரித்துவிட்டார். மாற்றுச்சீட்டில் எழுதப்பட்டிருக்கும் தேதியில் குறிப்பிட்ட தொகையைச் செலுத்த வேண்டும் என்று கட்டளையும் இட்டு கையொப்பம் வாங்கப் படுகிறது. இதற்கிடையே C என்பவருக்கு A கடன் கொடுக்க வேண்டி இருந்தால் அல்லது வேறு ஏதோ ஒரு காரணத்துக்காக Cக்கு A பணம் செலுத்த வேண்டியிருந்தால் A என்பவர் Bயிடம் கையொப்பம் வாங்கிய மாற்றுச் சீட்டில் மேலொப்பமிட்டு (endorsement) Cயிடம் கொடுப்பார். மாற்றுச் சீட்டில் உள்ள தேதியில் C கொண்டு செல்லும் மாற்றுச் சீட்டுக்கு Aயிடம் செலுத்த வேண்டிய தொகையை B என்பவர் Cயிடம் செலுத்துவார். இங்கே வரைபவர் A, மாற்றுச் சீட்டைப் பெற்றுக்கொள்பவர் B, பணம் வாங்கிக்கொள்பவர் C.

- மாற்றுச் சீட்டு (பில் ஆஃப் எக்சேஞ்ச்) வரைபவர்.
- மாற்றுச் சீட்டு பெறுபவர்.
- இருதரப்பினரின் முகவரி.
- பணம் வாங்கிக்கொள்பவரின் விவரம்.
- மாற்றுச் சீட்டு எழுதிய தேதி / பணம் செலுத்த வேண்டிய தேதி.
- மாற்றுச் சீட்டு வரைபவர் கையொப்பம்/ ஏற்றுக்கொள்கிறேன் என்று கடன்பட்டவரின் கையொப்பம்.
- ரெவின்யூ ஸ்டேம்ப்.
- மாற்றுச் சீட்டு எழுதும்போதே இன்னாரிடம் தொகையைச் செலுத்திவிடுங்கள் என்றும் எழுதலாம்.
- அல்லது மாற்றுச் சீட்டில் இன்னாருக்கு தொகையைச் செலுத்த வேண்டும் என்று மேலொப்பமிட்டும் கொடுக்கலாம்.

மேற்கண்ட அனைத்தும் மாற்றுச் சீட்டில் இடம் பெற வேண்டிய முக்கிய அம்சங்கள்.

மாற்றுமுறை ஆவணச் சட்டத்தைப் பொறுத்தவரை மூன்றே மூன்று விஷயங்களை நினைவில் வைத்துக்கொண்டால் போதும். காசோலை, கடனுறுதி சீட்டு, மாற்றுச் சீட்டு.

16

இரண்டாவது மனைவியின் சொத்துரிமை

இந்தத் தலைப்பே படிப்பவர்களுக்கு தலை சுற்றலை ஏற்படுத்தி இருக்கும். இரண்டாவது மனைவி என்பவரே சட்டப்படியான உறவில்லை. அப்படி இருக்கும்போது அவரது கணவனின் சொத்தில் அவருக்கு உரிமை எங்கிருந்து வந்துவிடப்போகிறது.

ஆணின் முதல் மனைவி உயிரோடு இல்லாதபோது அல்லது சட்டப்படி விவாகரத்து செய்த பிறகு அவரை திருமணம் செய்து கொண்டு வரும் இரண்டாவது மனைவி சட்டப்படியான மனைவியாகிறார்.

இரண்டு மனைவிகள் இறந்த பிறகு அல்லது இரண்டு மனைவிகளை விவாகரத்து செய்த பிறகு அடுத்ததாக திருமணம் செய்துகொண்டு வருபவர் மூன்றாவது மனைவியாக இருந்தாலும் அந்தப் பெண்மணியும் சட்டப்படியான மனைவியின் அந்தஸ்தைப் பெறுகிறார். இந்த இடத்தில் ‘ஆனால்’ என்று இரண்டு மூன்று ஆனாக்களை எழுத வேண்டியிருக்கிறது.

முதல் மனைவியும் இரண்டாவது மனைவியும் சட்டப்படி இல்லை என்பது உண்மை என்றாலும் முதல் தாரத்துக்கும் இரண்டாவது தாரத்துக்கும் தலா இரண்டு பிள்ளைகள். மூன்றாவது மனைவிக்கு மூன்று பிள்ளைகள் என்று வைத்துக்கொண்டால் குடும்பத்

தலைவனின் சொத்துக்கு அல்லது அவரது மூதாதையர் சேர்த்து வைத்த குடும்பச் சொத்துக்கு ஏழு பிள்ளைகளும் அவரோடு மூன்றாவது மனைவியையும் இணைத்தால் மொத்தம் எட்டு நபர்கள் வாரிசாகிறார்கள்.

கணவனின் முந்தைய தாரத்தை முறைப்படி சட்டப்படி விலக்கு கொடுத்தவரின் அடுத்த தாரம் மனைவி என்ற சட்டப்பூர்வமான அங்கீகாரத்தைப் பெறுகிறார்.

- முதல் மனைவி உயிருடனோ அல்லது விவாகரத்து பெறாமலோ இருந்தால் அப்போது இரண்டாவது தாரமாக வரும் பெண்ணுக்கு அவளது கணவனின் சொத்தில் உள்ள உரிமைகள் என்ன என்று கேட்கும்போது? சமுதாயத்தின் முன்பு உரிமையை யாசகம் கேட்டு நிற்கும் இரண்டாவது மனைவிக்கு ஆதரவுக் கரம் நீட்ட முன்வருவோர் எவருமில்லை. முதல் மனைவி உயிருடன் இருக்கும்போதே அவரிடம் விவாகரத்து பெறாமல் அவளின் கணவனுக்குத் தாரமாகும் பெண்கள் சாபம் பெற்று வந்தவர்கள். அறிந்தே புதைகுழியில் விழுந்தவர்கள். துர்பாக்கியவதிகள். அறியாமல் ஏமாற்றப்பட்டு தாரமாக்கப் பட்டவர்கள் நிலையை எண்ணித் தலை கவிழ்ந்துகொள்ள வேண்டிய அவல நிலைதான் இன்றும் நிலவுகிறது.

- சட்டப்படி அங்கீகரிக்கப்படாத இரண்டாவது மனைவி இறந்த கணவனின் சொத்தில் மனைவியான தனக்கும் பங்கு கேட்டு தொடுத்த வழக்கின் தீர்ப்பில், அவர்களுக்கு ஆதரவு கரம் நீட்டும் தீர்ப்பை வைத்துக்கொண்டுதான் அவர்களுக்குச் சாதகமாக மேற்கோள் காட்டவேண்டியிருக்கிறது.

- கணவன் தேவையில்லை என்று முப்பது ஆண்டுகள் பிரிந்து வாழ்ந்த மனைவியும் அவர் இறந்த பிறகு அவருடைய சொத்துக்காக, அவர் விட்டுச்சென்ற அரசுப் பணிக்காக, இன்ஷூரன்ஸ் பணத்துக்காக, வங்கி சேமிப்புக்காக என்று அவரது சட்டப்படியான மனைவியான தான்தான், அவரது வாரிசு என்று உரிமை கொடி ஏந்துகிறார். அவருக்கு வாக்கப்பட்டு முப்பது வருடங்கள் வாழ்ந்து வாரிசுகளை வளர்த்து உருவாக்கி கணவனையும் பறிகொடுத்து விட்டு நிற்கும் இரண்டாவது மனைவி சட்டப்படி இரண்டாம் பட்சமாக்கப்படுகிறார். இந்தப் பரிதாப நிலை இனி வரும் காலங்களில் தொடரக் கூடாது என்றால், மாப்பிள்ளைக்கு முதல் திருமணம் நடந்துவிட்டது, அவருக்கு இரண்டாம்

தாரமாக அடியெடுத்து வைக்கப்போகிறீர்கள் என்றால் நீங்கள் கேட்க வேண்டிய முதல் கேள்வி, 'முதல் மனைவி உயிருடன் இருக்கிறாரா? அப்படி அவர் வாழ்ந்துகொண்டிருந்தால் முறைப்படி விவாகரத்து வாங்கி விட்டீர்களா?' இவை இரண்டுக்கும் உங்களுக்குச் சாதகமான பதில் கிடைத்தால் மட்டுமே மணமேடையில் காலெடுத்து வையுங்கள். இல்லையேல் அப்போதே பின் வாங்கி விடுங்கள் இல்லையேல் நீங்கள் சமுதாயத்தின் முன்னிலையில் பின்னுக்குத் தள்ளப்படுவீர்கள்.

- தனி மனிதன் அவருடைய சொத்தை இரண்டாவது மனைவிக்குச் சேர வேண்டுமென்று உயில் எழுதி வைக்கலாம். ஆனால் பாகம் பிரிக்கப்படாத குடும்பச் சொத்து என்று வரும்பொழுது அவருக்கு நான்தான் உயிர் என்று உருண்டு புரண்டாலும் யாரும் செவிசாய்க்க மாட்டார்கள். நீதிமன்றமும் முதல் தாரத்தின் பக்கமே நிற்கும். உன் குழந்தைகள் முறையானவர்கள், ஆனால் நீ முறையானவள் அல்ல என்று இரண்டாவது தாரத்தை நோக்கி நீதிமன்றமும் தன் விரல்களை நீட்டி சுட்டிக் காட்டும்.

இரண்டாவது மனைவியின் உரிமை

மத்தியபிரதேச மாநிலத்தில் வசித்தவர் ஷீதல்தீன். அவருக்கு இரண்டு மனைவிகள். அவர் பணிக்காலம் முடிவடைவதற்கு முன்பே காலமானார். ஷீதல்தீன் அவர்களின் வாரிசுகள் நாங்கள் என்று வாரிசு சான்றிதழுக்காக அவரின் இரண்டு மனைவியரின் தரப்பிலிருந்தும் தனித்தனியாக கீழமை நீதிமன்றத்தில் வழக்கு தொடர்ந்தனர்.

சுக்ரானா என்பவர் ஷீத்தல்தீனின் முதல் மனைவி. வித்யாதரி என்பவர் அவரின் இரண்டாவது மனைவி.

வித்யாதரி என்பவருக்கு சாதகமாகத் தீர்ப்பு வழங்கி இறந்தவரின் முதல் மனைவியான சுக்ரானாவின் மனுவை நிராகரித்தது கீழமை நீதிமன்றம்.

சுக்ரானா உயர்நீதிமன்றத்தில் மேல்முறையீடு செய்தார். அங்கு சுக்ரானாவுக்கு சாதகமாக நிலைமை மாறியது. அதனால் இரண்டாவது மனைவியான வித்யாதரி உச்சநீதிமன்றத்தில் மேல்முறையீடு செய்தார். உச்சநீதிமன்றத்தின் தீர்ப்பைக் கேட்பதற்கு முன்பு ஷீத்தல்தீன், சுக்ரானா வித்யாதரி இவர்களின் பின்னணியைத் தெரிந்துகொள்வோம்.

முதல் மனைவி சுக்ரானாவுடன் வாழ்ந்துகொண்டிருக்கும்போதே ஷீத்தல்தீன் இரண்டாவதாக வித்யாதரியை மணந்துகொண்டார். முதல் மனைவிக்குக் குழந்தைகள் இல்லை. இரண்டாவது மனைவிக்கு நான்கு வாரிசுகள்.

நிறுவனத்திலிருந்து கிடைக்கும் வருங்கால வைப்பு நிதி, ஓய்வூதியம், பணிக்கொடையாக ரூபாய் 45,036/- இன்ஷூரன்ஸ் தொகை என்று அனைத்திற்கும் நாமினியாக (Nominee) இரண்டாவது மனைவியையே ஷீத்தல்தீன் நியமனம் செய்திருந்தார். ஷீத்தல்தீனின் முதல் மனைவிக்குக் குழந்தை இல்லாததால் இரண்டாவதாக வித்யாதரியை மணந்துள்ளார். முதல் மனைவி கணவரை விட்டு சுமார் இருபது இருபத்தைந்து வருடங்கள் பிரிந்துதான் வாழ்ந்தார். மனைவி கணவனை விட்டுப் பிரிந்து சென்றாரா அல்லது கணவன் முதல் மனைவியை கைகழுவி விட்டாரா என்பது தெளிவுபட வில்லை.

ஷீத்தல்தீன் sudhra சமூகத்தைச் சேர்ந்தவர். அவர்கள் சமூகத்தில் மனைவி கணவனை விட்டு விலகிச் சென்றுவிட்டால், கணவன் மனைவியை மீண்டும் வாழ அழைத்து வர எந்த முயற்சியும் எடுக்காவிட்டால் இந்து சட்டப்படி அவர்கள் இருவரும் விவாகரத்துப் பெற்றவர்களாக ஊகிக்கப்படுவார்கள் என்று ‘கோவிந்த் ராசு எதிர் முனிசாமி கவுண்டர்’ என்ற வழக்கில் உச்சநீதிமன்றம் கூறியுள்ளது. இதன்படி முதல் மனைவி விவாகரத்து செய்தவராகக் கருதப்படுகிறார். இரண்டாவதாக மணமுடித்து வந்த வித்யாதரிக்கு மனைவிக்கான சட்ட அந்தஸ்தும் கிடைக்கிறது என்பதுதான் கீழமை நீதிமன்றத்தின் அணுகுமுறையாக இருந்தது.

முதல் மனைவிக்கும் ஷீத்தல்தீன் இருவருக்கும் நீதிமன்றம் விவாகரத்து வழங்கவில்லை. அதனால் முதல் மனைவிதான் சட்டப்படியான மனைவி என்று உயர்நீதிமன்றம் தனது கருத்தை முதன்மைப்படுத்தியது.

முதல் மனைவி, தான் மட்டும்தான் இறந்தவரின் வாரிசு என்று வாரிசு சான்றிதழ் கேட்டு அவரது வழக்கறிஞர் மூலம் வாதாடினார். முதல் மனைவிக்கு விவாகரத்து கொடுக்காமல் கணவன் மணந்து வந்த இரண்டாவது மனைவிக்குச் சட்டப்படி மனைவி அந்தஸ்து இல்லாவிட்டாலும் அவளது குழந்தைகள் இறந்தவரின் சட்டப் படியான குழந்தைகள் அவர்களையும் வாரிசாக சேர்க்கவேண்டும் என்று வித்யாதரி சார்பில் வாதிடப்பட்டது.

உச்சநீதிமன்றம், கீழமை மற்றும் உயர்நீதிமன்றத்தின் அணுகுமுறையை ஆராய்ந்தது.

ஷீத்தல்தீனுக்கு இரண்டாவது திருமணம் நடைபெற்றபோது முதல் மனைவியோடு அவருக்கு சட்டப்படி விவாகரத்து ஆகவில்லை. அல்லது விடுதலை பத்திரத்தில் எழுதி வாங்கிப் பிரிந்ததாகவோ எந்த ஆதாரமும் இல்லை. அதனால் சட்டப்படியான மனைவி என்ற அங்கீகாரத்தை இரண்டாவது மனைவி எடுத்துக்கொள்ள முடியாது. எனவே, இறந்தவரின் நாமினி மற்றும் நான்கு பிள்ளைகளின் தாயான வித்யாதரிக்கு சாதகமாக வாரிசு சான்றிதழ் வழங்க நீதிமன்றம் சம்மதித்தது.

ஆனால் அதே நேரம் இருதரப்புக்கும் நியாயம் செய்யும் விதமாக ஷீத்தல்தீனின் சொத்தை நான்கு வாரிசுகளோடு இறந்தவரின் முதல் மனைவி என்று ஐந்து பாகமாகப் பிரிக்க வேண்டும். இரண்டாவது மனைவியான வித்யாதரியின் மனைவிக்குரிய பாகத்தை முதல் மனைவிக்குக் கொடுக்க வேண்டும். இரண்டாவது மனைவி அவளது கணவனின் சொத்தில் உரிமை கோர இயலாது என்று இந்த வழக்கில் உச்சநீதிமன்றம் தெரிவித்தது.

முதல் மனைவி உயிரோடு இருக்கிறார், கணவனிடமிருந்து சட்டப்படி மணமுறிவு செய்துகொள்ளவில்லை. இத்தகைய சூழலில் இரண்டாவது மனைவி சட்ட அங்கீகாரமற்றவராக இருந்த போதிலும், இறந்தவரின் வாரிசாக இரண்டாவது மனைவியின் குடும்பத்துக்கு வாரிசு சான்றிதழ் வழங்க ஆணையிட்ட இந்தத் தீர்ப்பு உச்சநீதிமன்றம் கொடுத்த அபூர்வ தீர்ப்பு!

17

விவாகரத்தான பெண்ணின் சொத்துரிமை

திருமணம் சொர்க்கத்தில் நிச்சயிக்கப்படுகிறது என்று சொல்வார்கள். ஆனால் இன்றைய நவீன திருமணங்கள் நீதிமன்றங்களில்தான் நிச்சயிக்கப்படுகிறது என்று சொன்னால் மிகையாகாது.

முதல் திருமணத்திலிருந்து எவ்வளவு சீக்கிரம் விவாகரத்து கிடைக்கிறதோ அவ்வளவு விரைவாக அடுத்த திருமணம். எல்லா வினைக்கும் எதிர்வினை இருப்பதைப்போல விவாகரத்துக்கும் பன்முகம் உண்டு. திருமண பந்தத்தின் மூலம் பெண்கள் பாதிக்கப் படுவதைப் போன்று ஆண்களுக்கும் பாதிப்பு உண்டு என்று சமீபகால வழக்குகளின் நிலை எடுத்துரைக்கின்றன.

இனி என் வாழ்க்கை முழுவதிலும் நாம் இருவரும் ஓர் உயிரானவர்கள் என்று கரம்பிடித்த தம்பதிகள் உனக்கும் எனக்கும் இனி எந்த உறவுமில்லை என்று விலகி நிற்கும்போது கணவனால் உண்மையாகவே பாதிக்கப்பட்ட மனைவியின் கதி என்னவாகும்? அவன் கொடுக்கும் ஜீவனாம்ச தொகை மட்டுமே அவள் வாழ்க்கையை நகர்த்திட உதவிடுமா? என் வீடு, என் சொத்து, என் நிலம், என் வாகனம், என் கணவன் என்ற எதுவும் அவளுடையதாகாது என்ற பரிதாப நிலையில் அவள் நிற்கும்போது அவளுக்குக் குறைந்தபட்ச ஆதரவாக கணவனின் சொத்தில் பங்கு கொடுக்க

வேண்டும் என்று மணமகளின் தரப்பினர் ஆசைப்பட்டால் எதிர்தரப்பினர் சம்மதிப்பார்களா?

திருமண சட்டத்தில் புதிய சட்ட மசோதா:

இந்து திருமணச் சட்டம் 1955 மற்றும் சிறப்பு திருமணச் சட்டம் 1954 ஆகியவற்றில் சில மாற்றங்கள் உருவாகியுள்ளது. 'திருமண திருத்த சட்டம் 2010' என்ற புதிய வடிவில் சட்ட வரைவை ராஜ்யசபையில் சமர்ப்பித்துள்ளனர். 2010 ல் வரையப்பட்ட சட்ட முன் வரைவை சட்டமாக்கி அமலுக்குக் கொண்டுவருவதற்கு பலதரப்பட்ட தடைக்கற்கள் விழுந்த வண்ணம் இருக்கின்றன.

திருத்த சட்டத்தில் விவாகரத்தான பெண்களுக்கான சொத்துரிமையை நிலைநாட்டும் வகையில் ஆதரவான சட்டப் பிரிவுகள் சில உள்ளது. அந்த சட்டம் அனைத்துத் தரப்பினரின் ஒப்புதல் பெற்று அமலாகும் போது ஆண்களின் காதுகளில் இருந்து புகை கிளம்பும். ஆண்களைக் கடுப்பேற்றும் அந்தச் சட்ட ஷரத்தை கடைசியில் பார்ப்போம். **மணமான பெண்ணின் சொத்துரிமை சட்டம் 1874** என்ற சட்டத்தில் திருமணமான பெண்ணின் சொத்துரிமைகளைப்பற்றி இப்போது தெரிந்து கொள்ளலாம்.

திருமணத்தின்போது பெற்றோர்கள் அவளுக்கு தானமாகக் கொடுக்கும் சொத்து, விவாகரத்து பெரும்பொழுது அது அவளின் தனிப்பட்ட சொத்தாகவே கருதப்படும். திருமணத்துக்குப் பிறகு அவள் சம்பாதிக்கும் சொத்து அல்லது தனிப்பட்ட முயற்சியில் அவளது சேமிப்பில் வாங்கிய சொத்தில் அவளது கணவனுக்கு உரிமை இல்லை. அவளுடைய சீதன சொத்தை அவளுக்கே திருப்பி கொடுத்துவிட வேண்டும். இல்லாவிட்டால் இந்திய தண்டனை சட்டத்தின் பிரிவுகள் அவர்களை பதம்பார்க்கும்.

உச்சநீதிமன்றத்தில் நடந்த ராஷ்மி குமார் என்பவரின் வழக்கில் தீர்ப்பு கூறுகையில் மனைவியின் மூலம் வந்த சொத்தை கணவன் அனுபோகத்துக்கு எடுத்துக்கொண்டிருந்தாலோ அல்லது அவளது சொத்தை விற்றுவிட்டிருந்தாலோ விவாகரத்தின்போது அதை திருப்பிக் கொடுக்க வேண்டும் எனக் கூறப்பட்டுள்ளது.

பிரிவின்போது இருதரப்பினரும் கடக்கவேண்டிய மன உளைச்சல் களை எளிதில் எடுத்துச் சொல்லிவிட முடியாது. அது காலம் முழுவதுக்கும் மனதின் அடியில் படிந்து அரித்துக் கொண்டிருக்கும் வலி. அதை அத்தனை சுலபமாகக் கடந்து விட முடியாது.

காலத்துக்கும் அழுத்திக்கொண்டிருக்கும் அந்தப் பாரத்தைத் தூக்கிச் சுமக்கத் தயாராகும்போது உண்டாகும் சூழலை கணவன் மனைவி இருவருமே எதிர்கொள்வது என்பது துக்கச் செய்தியை கேட்ட பின்பான நிலைதான். கதறி அழக்கூட அவகாசம் கொடுக்காமல் பின் வரும் கேள்விகள் முதுகில் ஏறி உட்கார்ந்து கொண்டு நடைபிணமாக அழுத்திக்கொண்டிருக்கும்.

- **இருவரும் இணைந்து வாங்கிய சொத்து?**

  இருவரும் சேர்ந்து வாங்கியது ஆதாரத்துடன் நிரூபணமானால் மனைவிக்கும் அந்தச் சொத்தில் உரிமை உண்டு. பாதி பாகத்துக்குரிய மதிப்பை அவனிடமிருந்து பணமாகவோ அல்லது சொத்தை விற்பனை செய்தோ பெற்றுக்கொள்ளலாம்.

- **இருவரும் சேர்ந்து வாங்கிய வீடு?**

  வீட்டுக்கான ஆரம்பத்தொகையை மனைவி செலுத்தியிருப்பார். மாத தவணையைச் செலுத்துவதில் இருவரின் பங்கும் இருக்கும். இருவரில் ஒருவர் விட்டுக்கொடுத்து அவர்களின் பாகத்துக்கான தொகையை பெற்றுக்கொள்ளவேண்டும். சமரசமாகாத சமயத்தில் நீதிமன்றம் முடிவெடுக்கும்.

- **பிரியப்போகும் மனைவிக்கு ஜீவனாம்ச தொகையோடு சொத்தும் கொடுக்க வேண்டி இருக்குமே என்று முன் ஜாக்கிரதையாக அவனுடைய பெற்றோரின் பெயரில் சொத்து மாற்றப் பட்டிருந்தால்?**

  கணவனின் மூதாதையர் சொத்து அல்லது அவன் பெற்றோர்கள் வசமிருக்கும் அவர்களுக்கு உரிமையான சொத்து எதிலும் விவாகரத்தான மனைவிக்கு பாத்தியம் இல்லை.

- **கணவனின் தனிப்பட்ட சொத்து?**

  கணவன் சுயமாக சம்பாதித்து வாங்கிய தனிப்பட்ட சொத்திலும் அவள் உரிமை கோர முடியாது. ஜீவனாம்சம் வாங்கும்போது கணக்கு முடிக்கப்பட்டு விடும். விவாகரத்துக்குப் பிறகு அவளது கணவன் உயில் எழுதாமல் சொத்தை விட்டுச் சென்றிருந்தால் இவர்களுக்கு வாரிசுகள் இருக்கும்பட்சத்தில் அவளுடைய பிள்ளைகளுக்கு தந்தையின் சொத்தில் பங்குண்டு.

வரவிருக்கும் திருமண சட்டத் திருத்த மசோதா 2010 எந்த மாதிரியான டிசைனில் உள்ளது:

- கணவனின் வீட்டில் மனைவிக்கும் ஐம்பது சதவிகிதப் பங்கு என்று எடுத்த எடுப்பிலேயே அமர்க்களப்படுகிறது.
- கணவன் மற்றும் மனைவி இருவர் பெயரிலும் வீடுவாங்கப் பட்டிருந்தால் அந்த வீட்டில் மனைவிக்குச் சொந்தமான ஐம்பது சதவிகிதப் பங்கு மற்றும் மீதமுள்ள கணவனின் பங்கான ஐம்பது சதவிகிதத்தில் இருந்து மனைவிக்கு இருபத்தைந்து என கூட்டிக் கழித்தால் மொத்தம் மனைவிக்குச் சேரவேண்டிய பங்கு எழுபத்தைந்து சதவிகிதம்.
- மனைவியின் வாழ்வாதாரத்தைக் கணக்கிட்டு கணவனின் சொத்தில் அவளுக்கு உள்ள உரிமைகள் தீர்மானிக்கப்படும்.
- பாகம் பிரிக்கப்படாத கணவனின் மூதாதையர் சொத்து இருந்தால் அதில் கணவனுக்குச் சேர வேண்டிய பாக சொத்தில் விவாகரத்து பெரும் மனைவியும் உரிமைகோரலாம் என்றும் இச் சட்டம் வழி வகை செய்கிறது.
- இந்தச் சட்டம் அனைவரின் ஒப்புதலைப் பெற்று அமலுக்கு வந்துவிட்டால் இன்னொரு உலகப்போருக்கு இந்தியா தயாராக வேண்டியதாகிவிடும் என்பது இந்தச் சட்டத்தை எதிர்ப்பவர்களின் கூட்டுக் குரலில் தெறிக்கிறது.

18

உறுத்துக்கட்டளை
(Injunction Order)

கிரிமினல் விவகாரங்களில் தலையிடவும் முதல் தகவல் அறிக்கை பதிவு செய்யவும் சட்ட ஒழுங்கை நிலைநாட்டவும் காவல் துறைக்கு அதிகாரம் வழங்கப்பட்டுள்ளது. ஆனால் நிலத்தகராறு, சொத்து விவகாரம் போன்ற சிவில் விவகாரங்களில் தலையிடவோ அல்லது சிவில் விவகாரங்களை விசாரித்து இருதரப்புக்கும் தீர்ப்பு சொல்லவோ காவல் துறையினருக்கு அதிகாரம் இல்லை என்பதை பொது மக்கள் முதலில் உணர்ந்துகொள்ள வேண்டும். இதனை கடனுறுதி சீட்டு பற்றிக் கூறும்பொழுது தெரிவித்திருந்தேன். மீண்டும் ஒரு தடவை இங்கும் அடிக்கோடிட்டுத் தெரிவிக்கிறேன்.

குற்றம் சாராத உரிமையியல் வழக்கென்றால் அவற்றைத் தீர்த்து வைப்பார்கள் என்றோ அல்லது எதிராளியை மிரட்டிப் பணிய வைக்கலாம் என்றோ காவல் நிலையத்துக்குச் சென்று விடாதீர்கள். நினைத்தபோதெல்லாம் விசாரணைக்கு வா என்று இருதரப்பையும் அழைத்து மிரட்டும் அவர்களின் தொல்லைக்கு எதிராளியே பரவாயில்லை என்று பின்னாளில் வருத்தப்படுவீர்கள். இது ஒட்டு மொத்த காவல் துறையின்மீதும் சுமத்தப்படும் குற்றச்சாட்டு இல்லை, என்னுடைய கட்சிக்காரர்கள் சிலர் சிவில் விவகாரங்களை காவல்நிலையத்துக்குக் கொண்டு சென்று அங்கிருந்து வெளிவரப் பட்ட அவஸ்தையை இங்கு பதிவு செய்கிறேன்.

எனது கட்சிக்காரரின் நிலத்தில் அவரது பக்கத்து நிலத்துக்காரர் அத்துமீறி எனது கட்சிக்காரரின் நிலத்தில் குழி வெட்டியுள்ளார்.

தொடர்ந்து தொல்லை கொடுக்கும் அவரிடமிருந்து பாதுகாப்புக்காக காவல்நிலையத்தில் புகார் கொடுத்துள்ளார்.

அவ்வளவுதான், ஒரு மாதத்துக்கு இவர்களை வெச்சி செய்யலாம் என்று முடிவெடுத்த காவல் ஆய்வாளர், அவர் நினைக்கும் போதெல்லாம் இரு தரப்பினரையும் காவல்நிலையத்துக்கு வரவழைத்து சமாதானம் செய்கிறேன் பேர்வழி என்று பணபேரம் நடத்த, அதற்கு ஒரு தரப்பு செவி சாய்க்காததால் அடுத்த கட்டமாக எதிராளியின் நிலத்தை நீ விலைக்கு வாங்கு. அப்போதுதான் சுமுகமான தீர்வு கிடைக்குமென்று புகார் கொடுத்தவரையே மிரட்டத்தொடங்கிவிட்டார் ஆய்வாளர்.

அவர்கள் நிலத்தை நாங்கள் வாங்கவேண்டிய அவசியமில்லை என்று அவருக்கு ஆதாரங்களைக் காண்பித்து புரிய வைக்க முயன்றிருக்கிறார் எனது கட்சிக்காரர். அப்படி புகார் கொடுத்தவரின் ஆதாரங்களை காவல் ஆய்வாளர் கையில்கூட வாங்கவில்லையாம். எதிராளியின் நிலத்தை விலைக்கு வாங்கு. அதோடு பிரச்னையை முடிச்சிக்கோ என்று தாதாத்தனம் செய்ய புகார் கொடுத்தவர் கலங்கிப்போய் நம்மிடம் வந்தார்.

புகார்தாரருடன் காவல்நிலையம் சென்றேன். எதிராளியின் நிலத்தை விற்பனைக்கு வாங்கிக்கொள்வதைப்பற்றி அவர் மூச்சுகூட விடவில்லை. உங்களிடம் கொடுத்த புகாரை வாபஸ் வாங்குகிறார்கள். உரிமையியல் நீதிமன்றத்தில் வழக்கு பதிவு செய்துவிட்டோம் என்றதும் 'பிரச்னை சுமுகமாக முடியற நேரம். ஏன், நானே தீர்த்து வைத்திருப்பேனே. நீதிமன்றத்துக்குச் சென்றால் பல வருடமாகுமே' என்று ஆய்வாளர் சொன்னதும், சிரிப்பை மட்டும்தான் அவரிடம் உதிர்க்க முடிந்தது.

'நீதிமன்றத்தில் கவனித்துக் கொள்ளலாம். காவல் ஆய்வாளரிடம் ஏதும் பேசிவிடாதீர்கள். பிறகு எங்களை நிம்மதியாக இருக்க விட மாட்டார்கள்' என்ற கோரிக்கையை ஏற்கெனவே நம்மிடம் கட்சிக்காரர் முன்வைத்திருந்தார்.

ஏட்டுச் சுரக்காய் கறிக்கு உதவாது என்பது உண்மைதான். எந்தத் தவறுமே செய்திடாத என் கட்சிக்காரர் அனுபவித்த மன உளைச்சலுக்கு மருந்து, உரிமையியல் வழக்கின் தீர்ப்பு மட்டும் தான். அவர் அனுபவித்த மன உளைச்சலுக்குத் தீர்ப்பு மருந்தாகுமா? அனுபவித்த வேதனை மறந்திடுமா.

நடப்பது நடக்கட்டும் என்று காவல் துறையினர் மீதே வழக்குத் தொடுக்கும் துணிச்சல்காரர்களும் இருக்கத்தான் செய்கிறார்கள். இவர்கள் பூனைக்கு யார் மணிகட்டுவது என்று எட்டி நிற்பவர்கள் அல்ல. பூனைக்கு நான் மணி கட்டுகிறேன் என்று களத்தில் நிற்பவர்கள். அவர்களுக்கு வரவிருக்கும் இடையூறுகளை எண்ணிக் கலங்காமல் காவலர்கள்மீது புகார் கொடுத்து நிற்கும் இத்தகைய வீரர்கள் பாராட்டுக்குரியவர்கள்.

காவல்துறையினர் உரிமையியல் விவகாரங்களில் தலையிடக் கூடாது - வாடகைதாரர் வழக்கு:

திருநெல்வேலியைச் சேர்ந்த நபர் ஒருவர் காவல்துறை கண்காணிப்பாளர், சங்கரன் கோயில் காவல்துறை கூடுதல் கண்காணிப்பாளர், குருவிக்குளம் காவல்துறை ஆய்வாளர் ஆகியோர் மீது 'காங்ரோ நீதிமன்றம் நடத்துவதாக' உயர்நீதிமன்றத்தில் வழக்குத் தொடர்ந்தார்.

வாடகைதாரரான அவர் வீட்டைக் காலி செய்யவில்லை என்று வீட்டின் உரிமையாளர் காவல்நிலையத்தில் புகார் கொடுத்ததால், வாடகைதாரர் காவல்நிலையம் சென்றுள்ளார். இரண்டு மாதத்தில் வீட்டைக் காலி செய்வதாக காவல்நிலையத்தில் ஒப்புதல் அளித்து திரும்பி வந்த அவர், சிவில் விவகாரத்தில் தலையிடும் அதிகாரம் காவல்துறைக்கு இல்லை என்று லீகல் நோட்டீஸ் அனுப்பினார்.

இந்த வழக்கின் தீர்ப்பு பின்வருமாறு கூறப்பட்டது.

வாடகைப் புகார்களை விசாரிக்க குத்தகை மற்றும் வாடகைதாரர் சட்டம் 1960 உள்ளது. அதனால் காவல்துறை பேர்லல் நீதிமன்றம் நடத்தத் தேவையில்லை. நில உரிமையாளர் மற்றும் வாடகைதாரர் விவகாரங்களில் தலையிட காவல்துறைக்கு சட்ட அதிகாரம் இல்லை என்று தெளிவுபடுத்தியது உயர்நீதிமன்றம்.

உங்கள் உரிமைக்கு அனுபோகத்திற்கு யாரேனும் இடையூறு ஏற்படுத்தினால் உடனடியான நிவாரணத்துக்குக் கைகொடுக்கிறது உறுத்துக்கட்டளை. இதனை 'இன்ஜங்ஷன் ஆர்டர்' என்று ஆங்கிலத்திலும், 'தடை உத்தரவு' என்று நடைமுறை தமிழிலும் நினைவில் வைத்துக்கொள்ளலாம்.

உறுத்துக்கட்டளை:

உறுத்துக் கட்டளை, இடைக்கால உறுத்துக் கட்டளை, நிரந்தர உறுத்துக் கட்டளை, செயலுறுத்துக் கட்டளை தடை உறுத்து கட்டளை என நான்கு வகைப்படும்.

ஸ்பெசிபிக் ரிலிஃப் ஆக்ட் கட்டளை 36 லிருந்து 42 வரையுள்ள பிரிவுகளும், உரிமையியல் நடைமுறைச் சட்டம் 1963 பிரிவு 94மற்றும் 95 ஆகியவற்றில் உறுத்துக் கட்டளை என்றால் என்ன என்றும் எதற்கெல்லாம் உறுத்துக் கட்டளை பெறமுடியும், பெறமுடியாது என்பனவற்றை விளக்குகிறது.

மனுதாரர் கொடுக்கும் மனுவினைப் பரிசீலித்து, அவரின் விண்ணப்பம் நியாயமாக இருக்கும் பட்சத்தில் மனுதாரருக்கு சாதகமாக ஒரு செயலைச் செய்யவேண்டும் என்றோ அல்லது செய்துகொண்டிருக்கும் செயலை நிறுத்தவேண்டும் என்றோ தனி நபருக்கோ அல்லது அரசுக்கோ நீதிமன்றம் ஆணையிடும். அதற்குப் பெயர்தான் உறுத்துக்கட்டளை.

இடைக்காலத் தடை:

1. மனுதாரர் கொடுக்கும் மனுவில் அவருடைய கோரிக்கை prima facie case என்று நிரூபிக்கவேண்டும். மனுதாரர் முதல்கட்ட நிலையிலேயே போதுமான சாட்சியங்களை ஆவணங்களை சமர்ப்பிக்க வேண்டும்.

2. அடுத்தது Balance of Convenience - ரவி அவருடைய நிலத்தை விற்க முயற்சி செய்கிறார், அந்த நிலம் அருணுக்குச் சொந்தமானது. அந்த நிலத்தை விற்பனை செய்யக்கூடாது என்று அருண் நீதிமன்றத்தில் இடைக்காலத்தடை விதிக்க மனு செய்கிறார். இந்தச் சூழ்நிலையில் நீதிமன்றம் அருணுக்குச் சாதகமாக Balance of Convenience பற்றி யோசிக்கும். அதாவது நீதிமன்றம் விற்பனைக்கான தடை உத்தரவை வழங்காவிட்டால் நிலத்தை ரவி விற்பனை செய்துவிடும் நிலையுள்ளது. அதை தற்காலிகமாக நிறுத்திவைக்க நீதிமன்றத்தின் தலையீடு அவசியமாகிறது.

3. இடைக்காலத் தடை விதிக்கவில்லை என்றால் சீர்படுத்த முடியாத Irrepairable injury - பணத்தால் ஈடுகட்ட முடியாத பாதிப்பு உண்டாகும் என்று மனுதாரர் மனுவில் தெளிவுபடுத்த வேண்டும். மேற்குறிப்பிட்டுள்ள மூன்று காரணங்களை மெய்ப்பிக்கும் மனுதாரரின் கோரிக்கையை ஏற்று நீதிமன்றம் இடைக்காலத் தடை விதிக்கும்.

இடைக்காலத் தடை விதிக்கக் கோரும் மனு செய்தவர், நியாயமான எண்ணம் உடையவராக இருக்கவேண்டும். யார் தரப்பில் உண்மை உள்ளது என்பதை நீதிமன்றம் ஆரம்ப நிலையில் விசாரிக்காது.

ஏனென்றால் அவையெல்லாம் வழக்குத் துவங்கிய பின் விசாரணைக்கு வரும். மனுசெய்தவர்தான் இடைக்காலத் தடை விதிக்க வேண்டிய அவசியத்தை உறுதி பட ஆவணமாக சமர்ப்பிக்க வேண்டும்.

இடைக்காலத் தடை விதிக்க, மனுவின் நியாயத்தன்மையைப் பொறுத்து முடிவெடுக்க நீதிமன்றத்துக்கு அதிகாரம் உள்ளது.

உரிமை எங்கெல்லாம் இருக்கிறதோ அங்கு தீர்வும் உண்டு.

இடைக்காலத் தடை விதிப்பதால் எதிர்தரப்பு பாதிப்படைந்து விடக்கூடாது. இடைக்காலத் தடை விதிக்க வேண்டுபவரின் கோரிக்கையும் உண்மையாக இருக்க வேண்டும்

நிரந்தர உறுத்துக்கட்டளை:

உரிமையியல் வழக்கை விசாரித்து இருதரப்பு வாதங்களையும் கேட்டு ஆவணங்களை அலசி இறுதியாக தீர்ப்பு கூறும்போது மனுதாரரோ அல்லது எதிர்மனுதாரரோ வேண்டும் கோரிக்கையை பரிசீலித்து அவர்கள் வேண்டும் உறுத்துக்கட்டளை கட்டாயம் எனில் நீதிமன்றம் நிரந்தர உறுத்துக்கட்டளை வழங்கும். நீதிமன்றம் விதிக்கும் அந்த உத்தரவு நிரந்தர உத்தரவாகும்.

செயலுறுத்துக்கட்டளை:

மனுதாரருக்குச் சாதகமாக நீதிமன்றம் இடும் உத்தரவினை கட்டாயம் நிறைவேற்ற வேண்டும் என்று இடும் உறுத்துக்கட்டளை செயலுறுத்துக் கட்டளை எனப்படுகிறது.

பண்ருட்டி மாவட்ட உரிமையில் நீதிமன்றத்தில் வழக்கு எண் -233/ 2015 ஆக தாக்கலான வழக்கில் செயலுறுத்துக் கட்டளையை மனுதாரர் கோரியிருந்தார்.

25.08.1994 ல் பிறந்த மனுதாரரின் பெயர் அவரது பிறப்பு சான்றிதழில் பதிவாகவில்லை. பிறந்த தேதி மட்டுமே இடம்பெற்றிருந்தது. எதிர்மனுதாரர்களான மாவட்ட ஆட்சியர் மற்றும் வட்டாட்சியர் ஆகியோரிடம் மகனின் பிறப்பு சான்றிதழில் அவரது பெயரை சேர்க்குமாறு மனுதாரர் மனு கொடுத்தார். ஆனால் அதற்கு பலனில்லை. பதினைந்து வருடங்களுக்கு மேல் கடந்துவிட்டதால் பிறப்பு சான்றிதழில் மாற்றம் செய்ய இயலாது என்று மறுத்து விட்டனர்.

அப்பொழுதுதான் அவர்களுக்கு செயலுறுத்துக்கட்டளை உதவியது. 25.08.1994 ல் பிறந்தவர் மனுதாரர் என்பதை உறுதிப்படுத்த மனுதாரர் சமர்ப்பித்த குடும்ப அட்டை, பள்ளி மாற்றுச் சான்றிதழ் ஆகியவற்றை சரிபார்த்து, விசாரணையின் முடிவில் பிறப்புச் சான்றிதழில் மனுதாரரின் பெயரை இணைக்கும்படி நீதிமன்றம் செயலுறுத்துக்கட்டளை வழங்கியது.

தடை உறுத்துக்கட்டளை:

மனுதாரர் அல்லது எதிர்மனுதாரரின் கோரிக்கையை விசாரித்து, பாதிப்புக்குள்ளாகும் தரப்பினருக்கு பாதிப்பை உண்டாக்கும் நபருக்கு அந்தச் செயலை செய்வதைத் தவிர்க்க வேண்டும் என்று தடை உறுத்துக் கட்டளையை நீதிமன்றம் பிறப்பிக்கும்.

உறுத்துக்கட்டளை மனுவை எப்போது தாக்கல் செய்யலாம் அவற்றின் செயல்பாடுகள் என்னென்ன?

- இடைக்கால உறுத்துக் கட்டளை வழங்கும் அதிகாரத்தை உரிமையியல் நீதிமன்றம் பெற்றிருக்க வேண்டும்.

- ஒரு வழக்கின் துவக்கப் புள்ளியாக உறுத்துக்கட்டளை மனு தாக்கல் செய்யப்படுகிறது. அதாவது வழக்கைத் தொடுத்து அது விசாரணைக்கு எடுத்துக் கொள்ளப்பட்டு பிறகு தீர்ப்பு வருவதற்குள் மனுதாரரின் உரிமைகள் பாதிக்கப்படும் எனும் நிலையில் உறுத்துக்கட்டளைக்கான உத்தரவைப் பெற்றுக் கொண்டு அதைத் தொடர்ந்து அவர் நீதிமன்றத்தில் வழக்கு தொடர்வார்.

- உறுத்துக்கட்டளை மனுவைத் தாக்கல் செய்பவரின் பெயரில் நீதிமன்றத்தில் ஏற்கெனவே வழக்கு நடைபெற்றுக் கொண்டிருக்க வேண்டும். மனுதாரர் அவர் பெயரில் நடைபெறும் வழக்கில் மனுதாரராகவோ அல்லது எதிர்மனுதாரராகவோ இருக்க வேண்டும். உதாரணமாக அப்பாவின் சொத்தை அண்ணன் ஏமாற்றி அவரது பேரில் பட்டாவை மாற்றிக்கொண்டார். அவருக்கு இரண்டு பிள்ளைகள். இரண்டாவது மகனாகிய எனக்கு பாகம் கொடுக்கப்படவில்லை என்று தம்பி நீதிமன்றத்தில் வழக்குத் தொடர்ந்துள்ளார். சிவில் வழக்கு நடைபெறும்போது அண்ணன்அந்த சொத்தை வேறு யாருக்காவது விற்க வாய்ப்புள்ளது எனக் கருதும் தம்பி. வழக்கு நிலுவையில் உள்ள நிலையில், விசாரணையில் உள்ள சொத்தை வழக்கு முடிவடையும் வரை அண்ணன் வேறு யாருக்கும் விற்றுவிடக் கூடாது என்று தடை உத்தரவு வழங்குமாறு மனு செய்யலாம்.

தம்பி செய்த மனுவில் அவருக்குச் சாதகமாக இடைக்காலத் தடை உத்தரவை நீதிமன்றம் பிறப்பித்துள்ளது என்று வைத்துக் கொள்வோம். அண்ணனால் சொத்தை, வழக்குத் தடை நீங்கும் வரை விற்பனை செய்ய முடியாது. சொத்து வழக்குக்கு தீர்ப்பு வந்து விட்டால் தம்பி வாங்கி வைத்துள்ள இடைக்காலத் தடை உத்தரவும் காலாவதியாகிவிடும். சொத்து வழக்கில் கொடுக்கும் தீர்ப்பின்படி அவர்களின் உரிமை நிலைநாட்டப்படும்.

கீழ்க்கண்ட சூழ்நிலைகளில் நீதிமன்றம் தடை உத்தரவு வழங்காது:

குறித்த வகை நிவாரண சட்டம் 1963, கட்டளை 41 ல் நீதிமன்றம்ஏன் தடை உத்தரவு கொடுக்கக் கூடாது என்ற காரணங்கள் விதி a முதல் j வரையுள்ள பிரிவுகளில் விளக்கப்பட்டுள்ளது. அவற்றில் சிலவற்றைத் தெரிந்துகொள்வோம்.

- முடிவடைந்த வழக்குக்கு உறுத்துக்கட்டளை வாங்க முடியாது. ஏனென்றால் வழக்கில் தீர்ப்பு வந்துவிட்ட பிறகு அது சாத்தியமாகாது

- உறுத்துக்கட்டளை உத்தரவை நீதிமன்றத்தின் மூலம் ஒருவர் வாங்கி வைத்திருக்கிறார் என்று வைத்துக்கொள்வோம். அவரது உரிமையியல் வழக்கின் விசாரணையின்போது எக்ஸ் - பார்ட்டி ஆர்டரை நீதிமன்றம் வழங்கி அந்த வழக்கு முடிவுக்கு வந்து விட்டிருந்தால் அவரிடம் உள்ள உறுத்துக்கட்டளையும் முடிவுக்கு வந்துவிடும். ஒரு சமயம் அவரது வழக்கு மீண்டும் விசாரணைக்கு எடுத்துக்கொள்ளப்பட்டாலும் மீண்டும் வழக்கு எடுத்துக் கொண்டதைப்போல உறுத்துக்கட்டளையும் உயிர்பெறாது.

- பாகப்பிரிவினை வழக்கில் உறுத்துக்கட்டளை வழங்க மாட்டார்கள்.

- நீதிமன்றத்துக்கு அதிகாரம் இல்லாத வழக்குகளில் உறுத்துக் கட்டளை பெற முடியாது.

- தொல்லையிலிருந்து விடுவிக்கக் கோரும் மனுவில் தொல்லை உண்டானது என்பதை நிரூபிக்காத பட்சத்தில்.

- நடைபெற்றுக்கொண்டிருக்கும் வழக்கில் உறுத்துக் கட்டளை வழங்கும் சூழ்நிலை இருக்கும்பட்சத்தில் அதுவரை பொறுத்திருக்காமல் தடை உத்தரவு பெறுவதற்கு தனியாக உறுத்து கட்டளை மனுவை தாக்கல் செய்ய இயலாது. தடை உத்தரவைப் பெற மனுதாரருக்கு தனிப்பட்ட விருப்பம்

இல்லை என்றால் உறுத்துக்கட்டளை உத்தரவைப் பெற முடியாது.

- மனுதாரர் ‘குற்றவியல்’ நடைமுறைகளை மேற்கொள்வதிலிருந்து தவிர்க்க தடை உத்தரவு வேண்டினால் கிடைக்காது.

தடை ஆணை (Stay Order)

தடை ஆணை என்பதும் உறுத்துக்கட்டளை என்பதும் வெவ்வேறான சட்ட நடைமுறைகள். நீதிமன்றச் செய்திகளை செய்தித்தாள்களில் படிக்கும்போதும் தொலைக்காட்சியில் பார்க்கும்போதும் அதிகம் பரிச்சயமான விஷயங்களில் ஒன்று. உதாரணமாக A என்பவர் தொடுத்த வழக்கில் உயர்நீதிமன்றம் இடைக்கால தடை விதித்துள்ளது என்பது போன்ற வரிகளை அடிக்கடி கேட்க நேரிடும். அதனால் அதுவும் உறுத்துக்கட்டளையும் ஒன்று என்று தீர்மானித்து விட வேண்டாம்.

தடை ஆணையைப் பொறுத்தவரை மனுவை விசாரணைக்கு எடுத்துக்கொள்வார்கள். அவசியம் எனில் இடைக்கால தடை விதிப்பார்கள். அடுத்தடுத்த கட்ட விசாரணையில் வழக்கு முடிவுக்கு வந்துவிடும். கேளம்பாக்கத்தில் தனியார் பள்ளி ஒன்றில் மாணவர்கள் மதிய உணவாக பள்ளி நிர்வாகம் அளிக்கும் உணவைத்தான் உட்கொள்ள வேண்டும். அதற்குரிய கட்டணத்தை, மாணவர்கள் செலுத்தவேண்டும் என்று முடிவெடுத்த பள்ளி நிர்வாகம், பெற்றோர்களுக்கு சுற்றறிக்கை அனுப்பியுள்ளது.

மதிய உணவுக்குப் பணம் வசூலிக்கும் பள்ளியின் நிர்வாகத்தின்மீது மாணவன் ஒருவனின் தந்தை உயர்நீதிமன்றத்தில் தடை ஆணை மனு தாக்கல் செய்கிறார். மாணவர்கள் தரமான உணவை உட்கொள்கிறார்களா என்று பரிசோதனை செய்ய கல்வி வாரியம் அறிவுறுத்தியுள்ளது. ஆனால், பள்ளி நிர்வாகம் கொடுக்கும் மதிய உணவைத்தான் உட்கொள்ள வேண்டும் என்று கட்டாயப் படுத்தவில்லை. அதனால் மதிய உணவுக்காக பெற்றோரிடம் பணம் வசூலிக்கக் கூடாது என்று நீதிமன்றம் இடைக்கால தடை விதித்தது.

தடை ஆணை மனுவில் பிறப்பிக்கப்படும் இடைக்காலத் தடை உத்தரவும், உறுத்துக்கட்டளையில் பிறப்பிக்கப்படும் இடைக்காலத் தடை உத்தரவும் முற்றிலும் மாறுபட்டவை.

19

சர்பேசி சட்டம்
(Sarfesai)

நிதி சொத்து மற்றும் அடமான சொத்து அமலாக்க சட்டம் 2002

சமீபத்தில் ஒவ்வொரு பேருந்துநிறுத்தத்துக்கும் இரண்டு ரூபாய் வீதம் கட்டண உயர்வு என்று பேருந்து கட்டணத்தை உயர்த்தினார்கள். தினமும் வேலைக்குச் செல்பவர்கள் பேருந்து கட்டணத்துக்குத் தேவையான செலவுக்காக தனியாக வங்கியில் கடன் வாங்க வேண்டும் என்று புலம்பும் அளவுக்குக் கடன் மனித வாழ்க்கையின் ஓர் அங்கமாகவே மாறிவிட்டது.

கடவுளே குபேரனிடம் கடன் வாங்கி இருக்கார். நாம் சாதாரண மனுசங்கதானே என்று வாங்கும் கடனுக்கு நியாயம் கற்பித்துக் கொண்டு வாழ்நாள் முழுவதும் கடன் என்ற சுமையைக் கூடுதலாக சுமந்துகொண்டு அல்லாடிக்கொண்டிருக்கும் நடுத்தர வர்க்கத்தினர் கடன் பட்டு நொடிப்பு நிலையில் வாழ்வது ஊர்ஜிதமானால் அவர் வங்கியில் வாங்கிய கடன் தள்ளுபடி செய்யப்படுகிறது.

நொடிப்பு நிலையில் அல்லாதவர்கள் கடன்பட்டு வாங்கிய கடனுக்கான வட்டி இரட்டிப்பாகி அசலை விஞ்சி நிற்கும்போது நொடிப்பு நிலையையும் நிரூபிக்க இயலாமல் கடன் வாங்கியவர் ஒரு பக்கம் திண்டாட, அதை வசூலிப்பது என் கடமை என்று வங்கி நீதிமன்றத்தை நாடி அடமான சொத்தை விற்பதற்குள் திக்குமுக்காடி நிற்கும்.

கடன் வாங்கிவிட்டு நியாயமான காரணங்களால் திருப்பிச் செலுத்த இயலாதவர்கள் இருபது சதவிகிதம் இருப்பார்கள். கடன் வாங்கும் போதே அதை திருப்பிச் செலுத்தாமல் இருக்க, கடன் வாங்குபவரின் உரிமைகள் என்னென்ன என்று கூகுளில் தேடி அதை நகலெடுத்து சட்டைப் பைக்குள் வைத்துக்கொண்டு ஜாலியாக சுற்றுபவர்கள் தான் மீதமிருக்கும் அத்தனை பேரும்.

இந்த ரகத்தினரையும் கோடிக்கணக்கில் கடன் வாங்கி திவால் என்று கைவிரித்துவிட்டு விமானத்தில் பறந்து வெளிநாட்டில் உல்லாச வாழ்க்கை நடத்துபவர்களையும் கட்டுப்படுத்த வேண்டும் என்று வங்கி வேண்டுகோள் வைத்தது. அதன்படி 2002ஆம் வருடம் 'சர்பேசி சட்டம்' உருவானது.

இந்தச் சட்டத்தின்படி கடன் வாங்கி அதை கட்ட மறுக்கும் நபர்களிடமிருந்து வசூலிக்கும் உரிமை நேரிடையாக வங்கியின் வசம் வந்தது. கடனுக்குப் பிணையாக எழுதிக்கொடுத்த சொத்து அல்லது அடமானமாக வைக்கப்பட்ட பொருள்கள், நகைகள் என்று வங்கிப் பிணையாக வைத்துள்ள கடன் வாங்குபவரின் உடமைகளை, சொத்தை ஏலத்தில் விற்றோ அல்லது வங்கியின் பெயரில் உரிமை மாற்றம் செய்துகொண்டோ வாராக்கடனை வசூலித்துக் கொள்ளலாம்.

வாராக்கடன் தொகையானது கடன் பெற்ற அசல் தொகையில் இருந்து இருபது சதவிகிதத்துக்கும் குறைவானதாக இருந்தால் பிணைய சொத்தை வங்கி விற்கக் கூடாது. அதே போல வாராக்கடன் தொகையானது ஒரு லட்சம் ரூபாய்க்கு அதிகமாக இருக்க வேண்டும். விவசாய நிலங்களையும் ஏலத்தில் விடக்கூடாது. கடன்பெற்றவருக்கு வங்கியால் அநியாயம் நடந்திருக்கிறது என்று அவர் கருதினால் நாற்பத்தைந்து நாட்களுக்குள் கடன் வசூலிக்கும் தீர்ப்பாயத்தை அணுகலாம். சர்பேசி சட்டப்படி வங்கிக்கோ அல்லது கடன்பட்டவருக்கோ நியாயம் வேண்டும் பொழுதில், கடன் வசூலிக்கும் தீர்ப்பாயம் அவர்களின் சட்டத்தேவையைப் பூர்த்தி செய்யும்.

கடன் வசூலிக்கும் தீர்ப்பாயத்தின் நடவடிக்கைக்கு அடுத்ததாக கடன் வசூலிக்கும் மேல்முறையீட்டு தீர்ப்பாயமும் உண்டு. பிணைய சொத்தில் வில்லங்கம் இருப்பின் வங்கி, நீதிமன்றத்தை நாடி தீர்வு பெறலாம். வாராக்கடன் பட்டியலில் இருக்கும் நபருக்கு வங்கியானது சர்பேசி சட்டம் பிரிவு 13 (2) ன் படி அறுபது நாட்கள் கால அவகாசம் கொடுத்து அறிவிப்பு அனுப்ப வேண்டும். வங்கி கொடுத்த கால அவகாசம் கடந்த நிலையில் வங்கியானது பிணைய

சொத்தை ஏலத்தில் விட்டு கடன் தொகையை வசூலித்துக் கொள்ளும். பிணைய சொத்தை வங்கி விற்பனை செய்யத் தொடங்குவதற்கு முன்னர் எப்போது வேண்டுமானாலும் கடன் தொகையைச் செலுத்திவிட்டு பிணைய சொத்தை மீட்டு செல்லலாம். விவசாய நிலங்களை ஏலத்தில் விடும் உரிமை வங்கிகளுக்கு இல்லை.

சர்பேசி சட்டம் கொண்டுவந்தும் பயனில்லை. கடன் வாங்கும் பயனாளிகள் சட்டத்தில் தென்படும் சந்து பொந்துகளில் எல்லாம் புகுந்து சாவகாசமாக வெளியேறி விடுகிறார்கள். அதனால் சர்பேசி சட்டத்தில் கடுமையான சட்டப்பிரிவுகள் தேவை என்ற விவாதம் எழுந்தது.

வங்கிகள் சமாளிக்க வேண்டிய இன்னொரு பிரச்னை கோடிக் கணக்கில் கடன் வாங்கி திருப்பிச் செலுத்தாமல் ஏமாற்றுபவர்கள். நிறுவனங்களிட மிருந்து கடனை வசூலிக்க தேசிய நிறுவன கடன் தீர்ப்பாயம் உள்ளது. தீர்ப்பாயம் அனுமதிக்கும் கால அவகாசத்துக்குள் நிறுவனமானது கடனை திருப்பிச் செலுத்தாவிட்டால் அவர்களின் நிறுவனம் ஏலத்துக்கு விடப்படும். ஏலத்துக்கு வரும் நிறுவனத்தை நிறுவன முதலாளிகளே ஏலத்தில் எடுப்பது வாடிக்கை. அந்தமுறையில் மாற்றம் வேண்டும். கடன்கட்டாத நிறுவனத்தின் சொத்துகளை ஏலத்தில் விட்டாலும் கொழுந்துவிட்டு எரியும் நெருப்பில் குளிர்காய்வதைப் போல அது ஏமாற்றுபவர்களுக்கே சாதகமான பலனைக் கொடுத்தது. அதனால் 2017 ஆம் ஆண்டு திவால் சட்டத்தில் திருத்தம் கொண்டு வரப்பட்டுள்ளது.

அதன்படி வங்கியில் கடன் தொகையை திருப்பிச் செலுத்தாமல் ஏமாற்ற வேண்டும் என்பதற்காகவே ஏமாற்றும் நிறுவனங்கள், மற்றும் ஏலம் விடும் தேதியிலிருந்து ஒரு வருடத்துக்கு முன்னரே வாராக்கடன் பட்டியலில் சேர்க்கப்பட்ட நிறுவனங்களின் முதலாளிகள் இந்த ஏலத்தில் கலந்துகொள்ளக்கூடாது. இந்தத் திருத்தமானது வங்கிகளுக்குத்தான் பாதகமாக முடியும் என்ற விவாதங்கள் எழுந்துள்ளது. இது வங்கிகளுக்கு நன்மையா தீமையா என்பதை காலம்தான் தீர்மானிக்கும்.

சர்பேசி சட்டத்தின் முக்கியத்துவத்தை விளக்கும் வரலாறு பேசும் இரண்டு வழக்குகளைப் பார்ப்போம்:

சென்னை உயர்நீதிமன்றத்தில் தாக்கலான சீராய்வு மனு:

கோயம்புத்தூரைச் சேர்ந்த ஒருவர் பஞ்சாப் நேஷனல் வங்கியில் கடன் வாங்கினார். கடன் தொகையை திருப்பிச் செலுத்தாமல் விட்டதால் வாராக்கடன் பட்டியலில் அவருக்குக் கொடுத்த கடனும் சேர்ந்தது. வங்கியானது கடனை வசூலிக்கும் நடவடிக்கையில் இறங்கியது. கடைசி கட்டமாக பிணைய சொத்தை ஏலத்தில் விடும் சட்ட நடவடிக்கைகளை வங்கி மேற்கொண்டது. கடன்பட்டவர் மேல்முறையீடு செய்தார். அதற்கு பலனில்லாமல் போகவே. சொத்தை ஏலம் விடுவதிலிருந்து தவிர்க்க 'ஸ்டே' என்னும் தடை ஆணை உத்தரவைப் பெறுவதற்கு நீதிமன்றத்தை நாடினார். அதற்கும் பலனில்லாமல் போனது. இறுதியாக சட்டத்தில் இருக்கும் ஓட்டைகளில் நுழைந்து வெளிவரும் வாய்ப்பை முயற்சித்தார்கள்.

தந்தையின் சொத்தில் தனக்கும் பங்கு இருக்கிறது. அதனால் பிணைய சொத்தை ஏலம் விடக் கூடாது என்று கடன்பட்டவரின் மகள் நீதிமன்றத்தில் அவரின் தந்தையார் மற்றும் வங்கியின் பேரில் வழக்குத் தொடுத்தார். இந்த வழக்கு முடிவுக்கு வரும் காலத்துக்குள் வங்கியானது பிணைய சொத்தை சர்பேசி சட்டப்படி ஏலத்தில் விற்று விடும் வாய்ப்பு இருப்பதால் அந்த வழியையும் அடைக்கும் பொருட்டு கடன்பட்டவர் முயற்சித்தார். வழக்கு நடைப் பெற்றுக் கொண்டிருக்கும் சொத்தை விற்பனை செய்யத் தடை கோரி இடைக்கால உறுத்துக்கட்டளை (டெம்பரரி இஞ்சன்சன்)வேண்டி நீதிமன்றத்தில் மனு செய்தார்.

இடைக்கால உறுத்துக்கட்டளைக்கான ஆணை அவருக்குக் கிடைக்காததால் அதற்கு மேல்முறையீடும் செய்தார். அங்கும் பலனின்றித் திரும்பினார்.

ஆரம்பநிலையில் மேல் முறையீடு, தடை ஆணை, பாகப்பிரிவினை, இடைக்கால உறுத்துக்கட்டளை, அதற்கு முதல் மேல்முறையீடு என்று ஏலத்தைத் தவிர்க்க இத்தனை சட்ட நடவடிக்கைகளையும் மேற்கொண்டார். ஆனால் எதிலும் பலனில்லை. அவரிடம் கடைசி அஸ்திரம் ஒன்று மீதமிருந்தது. அது உயர்நீதிமன்றத்தில் அவர் மகள் தாக்கல் செய்த உரிமையியல் சீராய்வு மனுதான்.

கடன்பட்டவர் தாக்கல் செய்த சீராய்வு மனுவின் தீர்ப்பும் அவருக்கு பலனளிக்கவில்லை.

தீர்ப்பில் நீதிமன்றம் முன் வைத்த காரணங்கள்:

சர்பேசி சட்டம் 2002பிரிவு 34 ல் வங்கியில் கடன் வாங்கி அது வாராக்கடனான நிலையில் வாடிக்கையாளர் கடனுக்குப்

பிணையாகக் கொடுத்த சொத்தை விற்று கடன் தொகையை வசூலிக்கும் உரிமையை வங்கிக்குக் கொடுத்திருக்கிறது. அதன்படி வங்கி கடன் தொகையை வசூலிக்க, பிணைய சொத்தை பற்ற மேற்கொள்ளும் நடவடிக்கைகளை முடக்கும் வண்ணம் இடைக்காலத் தடை போன்றவற்றை உரிமையியல் நீதிமன்றம் விதிக்கக் கூடாது என்ற தடை உரிமையியல் நீதிமன்றத்துக்கு உள்ளது. அதனால் பிணையச் சொத்தை வங்கி ஏலத்தில் விற்று கடன் தொகையை வசூலிக்கும் நடவடிக்கையை தடுக்க இடைக்காலத் தடை உத்தரவு வழங்க இயலாது என்று நீதிமன்றம் தெரிவித்தது.

ஜம்முவும் காஷ்மீரும் விதிவிலக்கல்ல:

பொதுவாக இந்திய சட்டங்களை வாசிக்கும்போது ஆரம்பத்திலேயே இந்தச் சட்டம் ஜம்மு மற்றும் காஷ்மீர் ஆகிய மாநிலங்களுக்குப் பொருந்தாது என்ற சொற்களைக் காண முடியும்.

சர்பேசி சட்டத்துக்கு ஜம்முவும் காஷ்மீரும்கூட விதிவிலக்கில்லை என்று இந்தத் தீர்ப்பு விளக்குகிறது.

பாரத ஸ்டேட் வங்கி எதிர் சந்தோஷ் குப்தா உச்சநீதிமன்றத்தில் நடைபெற்ற வழக்கு:

இந்திய அரசியல் சாசனம் 370:

சர்பேசி சட்டப்படி கடனை திருப்பிச் செலுத்தாத நபரின் சொத்துகளை பாரத ஸ்டேட் வங்கி முடக்க இயலாது என்று ஜம்மு - காஷ்மீர் உயர்நீதிமன்றம் பாரத ஸ்டேட் வங்கியின் வழக்கில் குறிப்பிட்டது. இதற்கு முன்பு கண்ட வழக்கில் சர்பேசி சட்ட நடவடிக்கையை முடக்க உரிமையியல் நீதிமன்றத்துக்கு தடை உள்ளது என்று சென்னை நீதிமன்றத் தீர்ப்பில் குறிப்பிட்டுள்ளனர். ஆனால் ஜம்மு-காஷ்மீர் நீதிமன்றமோ முரணான கருத்தைப் பதிகிறதே. ஜம்மு- காஷ்மீர் என்றால் நீதிமன்றத் தீர்ப்பிலும் பதற்றத்தைத்தான் தூவிவிடுவார்களா என்று நினைக்கவேண்டாம். ஜம்மு - உயர்நீதிமன்றம் கறாரான இந்தத் தீர்ப்பை வழங்க காரணத்தைக் கையோடு வைத்திருந்தது.

இந்திய அரசியல் சாசனம் 370 ன் படி ஜம்மு - காஷ்மீர் மாநிலம் தனி அந்தஸ்து பெற்றவை. அந்த மாநிலத்தின் சட்டங்களை அந்த மாநிலமே இயற்றிக்கொள்ளும். அதேபோல ஜம்மு - காஷ்மீரில் உள்ள சொத்துகளை மற்ற மாநிலத்தைச் சேர்ந்தவர்கள் வாங்க இயலாது. கடன் தொகையைச் செலுத்தாமல் வங்கியில்

வாராக்கடனான பிணைய சொத்துக்களை மற்ற நாட்டை தலைமை இடமாகக் கொண்டு இயங்கும் நிறுவனங்கள் கைப்பற்ற இயலாது என்று ஜம்மு காஷ்மீரின் தனி சட்டங்களில் உள்ளது.

ஜம்மு - காஷ்மீர் மாநிலம் பாராளுமன்றத்தில் இயற்றப்படும் சட்டங்களுக்கு அப்பாற்பட்டவை. தனியான சொத்து சட்டங்களை இயற்றும் அதிகாரம் ஜம்மு - காஷ்மீருக்கு உள்ளது. சர்பேசி சட்டம் இங்கு எடுபடாது என்று ஜம்மு காஷ்மீர் உயர்நீதிமன்றம் திட்ட வட்டமாகத் தெரிவித்தது.

பாரத ஸ்டேட் வங்கி உச்சநீதிமன்றத்தில் மேல்முறையீடு செய்தது இந்த வழக்கின் தீர்புரையில் நீதிமன்றம் உயர்நீதிமன்றத்துக்கு சரியான பதிலடி கொடுத்தது.

ஜம்மு - காஷ்மீர் இந்தியாவின் மாநிலங்களில் ஒன்று. இறையாண்மைக்கு உட்பட்டது. அதனால் பாராளுமன்றத்தில் கொண்டு வரப்படும் சட்டம் அவர்களையும் கட்டுப்படுத்தும் என்று ஜம்மு - காஷ்மீர் உயர்நீதிமன்றத்தின் தீர்ப்பை ரத்து செய்தது.

20

பதிவுத்துறை

பதிவு சட்டம் 1908: இந்திய ஸ்டேம்பு சட்டம் 1899

பதிவுத்துறை 1864ல் துவங்கப்பட்டது. அரசாங்கத்துக்கு அதிகப் படியான வருவாய் ஈட்டித்தரும் துறைகளில் இதுவும் ஒன்று. பதிவு அலுவலகத்துக்குச் சென்றால் கண்ணைக் கட்டி காட்டில் விட்டது போன்றதொரு பிரமிப்பை எல்லோருமே உணர்வார்கள்.

சார்பதிவாளர் அலுவலகத்தில் உள்ள நடைமுறைகளைப்பற்றி படிக்காதவர்களுக்குத் தெரியாது. படித்தவர்களுக்கும் புரியாது. அரசு அலுவலகங்களுக்குள் உள்ளே நுழைந்துவிட்டால் அங்கு அவர்கள் வைப்பதுதான் சட்டம். வந்திருப்பவர்கள் யார் என்பதைப் பற்றிய கவலையெல்லாம் அவர்களுக்கு இருப்பதில்லை. காசு, பணம், துட்டு, மணி... மணி மட்டும்தான் அங்கு பெரிய முதலாளி. பெரிய முதலாளியின் தயவில்லாதவர்கள் அந்தப் பக்கம் ஆள் துணையில்லாமல் சென்றுவிடக்கூடாது.

கிரையம் கொடுப்பவர் தயாராக இருக்கிறார், கிரையத்தொகை செலுத்தியாயிற்று, ஆவணங்கள் அத்தனையும் தயார் என்று நிமிர்ந்த நன்னடையை அங்கு போட இயலாது. நாம் ஏதோ ஏடாகூடமாக வாயைத் திறந்தோம் என்றால் கொண்டுவந்த ஆவணங்கள் கிடங்குக்குச் சென்றுவிடும். தெரிந்தவர்களெல்லாம் ஏதும் தெரியாதவர்போல் காட்டிக்கொள்ளவேண்டும். ஒரு பத்திரப் பதிவுக்கான காட்சியை மட்டுமே ஒரு திரைப்படமாக வழங்கலாம். அத்தனை சாரங்கள் அதில் உள்ளடங்கி இருக்கிறது.

நிலம் கிரையம் செய்யும் இருதரப்பினர்கள் வழக்கறிஞர், இவர்களின் நிலத்தரகர்கள், சார்பதிவாளர் அலுவலகத்தில் தொடர்புடைய நபர் ஒருவர் இவர்கள் எல்லோரும் சேர்ந்ததுதான் ஒரு குழு. முத்திரைத்தாளில் எழுதப்பட்ட வாசகத்தில் இருக்கும் பிழைகளைப் படித்தால் தமிழ் இனி மெல்லச் சாகும் என்பது உண்மைதான் போலும் என்று உத்திரவாதம் கொடுக்கத் தோன்றும். பிழையில்லாமல் எழுதுங்கள் என்று அறிவுறுத்துவது தமிழை வளர்ப்பதற்காக அல்ல, பத்திரத்தில் வரும் பிழைகள் நாளை உங்கள் தலை எழுத்தையே மாற்றிவிடும் என்ற ஜாக்கிரதை உணர்வைக் கொடுக்க மட்டும்தான்.

பிழைகள் வருவது இயல்பானதுதானே என்பார்கள். சொத்தை கிரையம் கொடுப்பவருக்கோ, ஆவணத்தைத் தயாரிக்கும் வழக்கறிஞருக்கோ அல்லது ஆவண எழுத்தருக்கோ உங்களின் நிலத்தை முடிவு செய்துகொடுத்த நிலத்தரகருக்கோ எந்தவிதப் பாதிப்பும் வரப்போவதில்லை. அவர்களைப் பொறுத்தவரையிலும் அவர்களுக்கு அது வேலை அவ்வளவே. உங்களுக்கு அதுதான் வாழ்வின் ஆதாரம்.

பதிவுத்துறையின் பிரிவுகள் மற்றும் அவற்றின் கட்டுப்பாட்டுக்குள் வரும் துறைகள் ஆகிய விவரங்களை அரசுத் தளங்களில் பதியப்பட்டுள்ள செய்திகள்மூலம் தெரிந்துகொண்டவை:

பதிவுத்துறை இயங்கப்பட்ட முதல் வருடம் 1.26 லட்சம் ஆவணங்கள் பதிவு செய்யப்பட்டு அதிலிருந்து 1.43 லட்சம் வருவாய் கிடைக்கப் பெற்றிருக்கிறது என்று செய்திகள் தெரிவிக்கின்றன.

பதிவுத்துறையின் முதன்மை அதிகாரி IGR (Inspector General of Registration) இவரின் Additional Inspector of General (AIG) என்ற பதவியில் நான்கு உயரதிகாரிகள் இயங்குகின்றனர். இவர்கள் ஒவ்வொருவருக்கும் தனித்தனி போர்ட்போலியோ கொடுக்கப் பட்டுள்ளது. சொசைட்டி பதிவு, (Deputy Registrar of Chits) சிட்ஸ், திருமண பதிவு, பாட்னர்ஷிப் firm, ஸ்டேம்ப் விற்பனைக்கு லைசன்ஸ் வழங்குவதும் முதன்மை பிரிவின் கட்டுப்பாட்டில் வருகிறது.

2013 -2014 ஆம் ஆண்டு கணக்கெடுப்பின்படி தமிழகத்தில் 578 பதிவுத்துறை அலுவலகங்கள் இயங்குகின்றன. சொத்துக்கள் பதிவு, திருமணங்கள் பதிவு, பிறப்பு இறப்பு பதிவுகளின் கஸ்டோடியன் மற்றும் சிட் பண்ட் ஆகியவை பதிவுத்துறையின்

கட்டுப்பாட்டுக்குள் வருகின்றன. பதிவுத்துறைக்கு முத்திரைத்தாள் கட்டணம், சர்சார்ஜ் (surcharge) பதிவுக்கட்டணம் ஆகிய மூன்று வகையான கட்டணங்கள் வசூலிக்கப்படுகின்றன.

பதிவுத்துறையைப் பொறுத்தவரை பிறப்பு இறப்பு, திருமணப்பதிவு சொசைட்டி ரெஜிஸ்ட்ரேஷன் தொடர்பான பின்வரும் சட்டங்கள் பதிவுத்துறையின் செயல்பாடுகளை வழிநடத்தவும் கட்டுப் படுத்தவும் செய்கின்றன.

- *இந்திய முத்திரைத்தாள் சட்டம் - 1899*
- *பதிவு சட்டம் - 1908*
- *தமிழ்நாடு Non-Trading நிறுவனச்சட்டம்- 1972*
- *சொசைட்டி ரெஜிஸ்ட்ரேஷன் சட்டம் - 1975*
- *சிட் பண்ட் சட்டம் - 1982*
- *இந்திய கிருஸ்தவ திருமண சட்டம் - 1872*
- *பிறப்பு இறப்பு திருமண சட்டம் - 1886*
- *இந்திய பார்ட்னர்ஷிப் ஆக்ட் - 1932*
- *சிறப்பு திருமண சட்டம் - 1954*
- *இந்து திருமண சட்டம் - 1955*
- *பிறப்பு இறப்பு சட்டம் - 1969*
- *தமிழ்நாடு திருமண பதிவு சட்டம் - 2009*

பதிவு குறித்த அவசியமாக நினைவில் வைக்கவேண்டிய தகவல்கள்:

பதிவு சட்டம் - 1908ல் கொண்டுவரப்பட்டது. இச்சட்டப்படி ஆவணங்களைத் தயாரித்து கையெழுத்தான பிறகு நான்கு மாத காலத்துக்குள் ஆவணத்தை பதிவு செய்துவிடவேண்டும். ஆவணங்கள் வெளிநாடுகளில் கையெழுத்தாகி இந்தியாவுக்கு அனுப்பி வைக்கப்பட்டிருந்தால், இந்தியாவில் கிடைக்கப்பெற்ற நாளிலிருந்து நான்கு மாதங்கள் கணக்கில் எடுத்துக்கொள்ளப்படும். இந்த விதிகள் உயில் ஆவணத்துக்குப் பொருந்தாது. முத்திரைத்தாள் சட்டம் 1899 பிரிவு 54 ம் முத்திரைத்தாள் செல்லுபடி அல்லது அதனுடைய முடிவடையும் தேதி பற்றி விளக்குகிறது. பயன்படுத்தாத முத்திரைத்தாளை ஆறுமாத காலத்துக்குள் மாற்றிக் கொள்ள அவகாசம் அளிக்கப்படுகிறது. மற்றபடி முத்திரைத்தாளுக்கு எக்ஸ்பையரி தேதி இல்லை என்பதை நினைவில் கொள்க.

திருவேங்கட பிள்ளை எதிர் நவநீதம்மாள் என்ற வழக்கில் உச்சநீதிமன்றமும் இதை உறுதிப்படுத்தியுள்ளது. அதனால் ஒருவர் வாங்கி வைத்த முத்திரைத்தாளை எப்போது வேண்டுமானாலும் பயன்படுத்திக்கொள்ளலாம். மகாராஷ்டிரா மற்றும் குஜராத் மாநிலத்தில் பாம்பே முத்திரைத்தாள் சட்டப்படி முத்திரைத்தாளுக்கு ஆயுட்காலம் ஆறுமாதம் மட்டுமே. அதன் பிறகு அது வெறும் காகிதம் என்று கூறுகின்றனர். அதனால் இந்த இரு மாவட்டங் களிலும் ஆறுமாத காலத்துக்குப் பிறகு முத்திரைத்தாள் பயன்படுத்து வதை அனுமதிப்பதில்லை.

நீதிமன்றத்தில் உரிமையியல் வழக்குத் தொடர வேண்டும் என்றால் வழக்குத் தொடரும் சொத்தின் மதிப்பில் 7.5 சதவிகிதம் நீதிமன்றக் கட்டணமாகச் செலுத்தவேண்டும்.

உரிமையியல் வழக்குத் தொடரும்போது நீதிமன்றக் கட்டணம் செலுத்தாமல் வழக்கு பதிவு செய்யவேண்டும் என்றால் அத்தகைய நபர் உரிமையியல் நடைமுறை சட்டம் பிரிவு 33 ல் கூறப்பட்டுள்ள படி அவர், பாப்பர் (pauper) என்று அறியப்படும் நொடிப்பு நிலையில் வாழ்கிறார் என்பதை ஆதாரத்துடன் நிரூபிக்க வேண்டும். அப்படி நிரூபிக்கும் பட்சத்தில் அவர் தொடரும் சிவில் வழக்குகளில் நீதிமன்ற கட்டணத்தைச் செலுத்த வேண்டியதில்லை.

21

இந்துமதத்தில் பிறந்த பெண் மதம் மாறிவிட்டால் இந்து மத சட்டப்படி சொத்துரிமை பெற முடியுமா?

சுதந்திர நாட்டில் அவரவர் பின்பற்ற விரும்பும், நேசிக்கும் மதத்துக்கு மாறிவிடுவது அவர்களது தனிப்பட்ட உரிமை. அதில் யாரும் தலையிட இயலாது. இந்து குடும்பத்தில் பிறந்த ஒருவர் கிறிஸ்துவ மதத்துக்கோ, இஸ்லாம் மதத்துக்கோ மதம் மாறிய பிறகு அவர் கிறிஸ்தவராகவோ அல்லது இஸ்லாமியராகவோ அறியப் படுவார். இஸ்லாமிய பெண்ணோ அல்லது கிறிஸ்தவ பெண்ணோ இந்து வாரிசுரிமை சட்டப்படி அவளது பிறந்தகத்துச் சொத்திலோ அல்லது கூட்டுக்குடும்பச் சொத்திலோ தனக்குப் பங்கு உண்டு என்று உரிமைகோர இயலுமா?

இந்தக் கேள்விக்குப் புருவம் உயர்த்தி பதிலை எதிர்நோக்கும் அத்தனைப்பேருக்கும் இந்தத் தீர்ப்பு பதிலாக அமையும்.

வழக்கு: நயனாபெஹன் vs. படேல் சாந்தாபெஹன் மற்றும் பலர்.

நீதிமன்றம்: அகமதாபாத் உயர்நீதிமன்றம்.

வழங்கியவர்: நீதியரசர் - ஒ.ஆ. பர்டிவாலா.

ஆண்டு: *26.09.2017.*

வழக்கு விவரம்:

பிக்காபாய் படேல் என்பவருக்கு ஆண், பெண் என மூன்று பிள்ளைகள். அவரின் மகளான நயனா என்பவர் இஸ்லாம் மதத்துக்கு 1990ல் மதம் மாறுகிறார். நசீமா என்று பெயர் மாற்றம் செய்துகொண்டார். இந்த மதமாற்றம் எவருடைய தூண்டுதலும் இல்லாமல் அவர் சுயமாக விரும்பி மேற்கொண்டது. 1991ல் இஸ்லாமியரை திருமணம் செய்துகொள்கிறார்.

அவருடைய தந்தையார் 2004ல் காலமானார். விமாலி என்ற கிராமத்தில் அவர்களுக்கு சொத்து இருந்தது. பிக்காபாய் என்பவரின் வாரிசுகளை உறுதிப்படுத்தும் வாரிசு சான்றிதழில் நசீமாவின் சகோதரர், சகோதரி பெயர்கள் மட்டுமே இடம்பெற்றிருந்தன. ஆனால், நயனா என்கிற நசீமாவின் பெயர் வாரிசுதாரர் சான்றிதழில் சேர்க்கப்படவில்லை.

நசீமா வடோதராவில் டெபுட்டி கலெக்டர் அலுவலகத்தில் மனு கொடுக்கிறார். வாரிசுதாரர் சான்றிதழில் தன் பெயர் விடுபட்டுள்ளது. சகோதரன், சகோதரி ஆகிய இருவரின் பெயரோடு தனது பெயரையும் சேர்க்க வேண்டும் என விண்ணப்பிக்கிறார். வாரிசு சான்றிதழில் நசீமாவின் பெயர் நீக்கியதற்கான விளக்கத்தினை அளிக்கும்படி சகோதரன், சகோதரியிடம் டெபுட்டி கலெக்டர் கேள்வி எழுப்பினார். அங்கு நசீமாவுக்கு ஆதரவாக தீர்ப்பு முடிவானதும் நசீமாவின் உடன்பிறப்புகள் மாவட்ட ஆட்சியரிடம் மனு செய்து அவர்களுக்கு சாதகமான நிலையை உருவாக்கிக் கொண்டார்கள்.

நசீமா சற்றும் தளரவில்லை. (SSRD) வருவாய்த்துறையில் முறையீடு செய்கிறார். அவர்களின் முடிவும் பலன் கொடுக்காததால் உயர்நீதிமன்றத்திற்குச் செல்கிறார். நசீமா தொடுத்த வழக்கின் தீர்ப்பு 2017ல் வெளியாகிறது.

மாவட்ட ஆட்சியர், வருவாய்த்துறை ஆகியவை, ‘இந்துவான அவர் இஸ்லாமாக மதம் மாறிவிட்டார். அதனால் இந்து வாரிசுரிமை சட்டம் அவருக்குப் பொருந்தாது’ என்று இருதரப்பிலிருந்தும் அவரின் கோரிக்கை நிராகரிக்கப்பட்டது.

உயர்நீதிமன்றமானது நசீமாவின் மனுவை முற்றிலும் மாறுபட்ட கோணத்தில் ஆராய்ந்தது.

இந்து வாரிசுரிமை சட்டம் 1956ன் படி இந்து மதத்திலிருந்து மதம் மாறிய பிறகு அவர் இந்து குடும்பத்தில் சொத்துரிமை பெறுவதை இச்சட்டம் தடைசெய்யவில்லை. பிரிவு 26 ஆனது வேறு

விளக்கத்தைக் கொடுத்தது. பிரிவு 26வில் வரும் சங்கதிகள் இவருக்குப் பொருத்தமாகாது.

பிரிவு26 இந்து வாரிசுரிமை சட்டம் 1956

இந்து மதத்திலிருந்து மதம் மாறிய ஒருவர் இந்துவாக கருதப்பட மாட்டார். வாரிசுரிமையின் தேவை முதன்மைப்படும்போது இந்துவிலிருந்து மதம் மாறியவரின் வாரிசுகள், அவர்களின் இந்து உறவினர்களிடம் சொத்துரிமையைக் கோர இயலாது. ஆனால் சொத்தை பங்கிடும் சமயத்தில் இந்துவாக இருந்து பிறகு மதம் மாறியிருந்தால் வாரிசுரிமையிலிருந்து அவர்களை நீக்க இயலாது. இந்த சட்டப்பிரிவை விளக்கி தனது கருத்தை முன்வைத்தது நீதிமன்றம்.

உதாரணமாக: ‘ஏ’ என்பவருக்கு ‘பி’ ‘சி’ ‘டி’ என்று மூன்று பிள்ளைகள். ‘ஏ’ வாழும் காலத்திலேயே ‘டி’ கிறித்தவ மதத்துக்கு மதம் மாறுகிறார். ‘ஏ’ வின் மறைவுக்குப் பிறகு அவரின் சொத்துகளை ‘பி’ ‘சி’ ஆகியோருடன் சேர்ந்து ‘டி’ யும் பெறுவார். சொத்தில் மூன்றில் ஒரு பாகம் ‘டி’க்கும் கிடைக்கும்.

தந்தை ‘ஏ’ வாழும் காலத்திலேயே கிறிஸ்தவராக மதம் மாறிய அவரின் மகன் ‘டி’ காலமாகிவிடுகிறார். ‘டி’க்கு ‘எம்’, ‘என்’ என்ற இரண்டு குழந்தைகள். ‘ஏ’ உயில் எழுதாமல் விட்டுச்சென்ற சொத்துகளை அவர் குடும்பத்தினர் பாகம் பிரிக்கும்போது என் தந்தை ‘டி’க்கு சேர வேண்டிய பங்கை அவரின் வாரிசுகள் எங்கள் இருவருக்கும் கொடுங்கள் என்று ‘எம்’, ‘என்’ ஆகிய இருவரும் உரிமைகேட்க சட்டத்தில் வழி இல்லை.

இதைத்தான் நீதிமன்றம் தெளிவுபடுத்தியது. இன்னும் நமக்கு புரியும் வகையில் சொல்லவேண்டுமானால்,

இந்து குடும்பத்தில் பிறந்த ஒருவர் வேற்று மதத்துக்கு மதம் மாறியிருந்தாலும், அவர் பிறந்த குடும்பத்தின் சொத்துகளை பாகம் பிரிக்கும்போது, அவருடைய பாகத்துக்குரிய சொத்தை பெறுவதற்கு சட்டம் அனுமதிக்கிறது. பாகம் பிரிக்கும்போது இந்துவாக இருந்து பின்பு மதம் மாறினாலும் அவர் பெற்ற உரிமையைப் பறிக்க முடியாது. மதம் மாறியவரின் பிள்ளைகள் எங்கள் தாத்தா சொத்து பேரப் பிள்ளைகளுக்கு வாரிசுரிமை இருக்கிறது என்று வாதிட சட்டத்தில் அனுமதியில்லை.

வழக்கின் முடிவில் நீதிமன்றமானது மாவட்ட ஆட்சியர் மற்றும் வருவாய்த் துறையில் கொடுக்கப்பட்ட முடிவுகளை நீக்க உத்தரவிட்டது. ஆரம்ப பிள்ளையார் சுழியாக நசீமாவின் கோரிக்கைக்கு பச்சைக்கொடி அசைத்த டெபுட்டி கலெக்டரின் முடிவுகள் ஏற்றுக்கொள்ளப்பட்டன.

இந்த வழக்கின் மூலம் இந்து மதத்தில் பிறந்து வேற்று மதத்துக்கு மதம் மாறும் நபருக்கு இந்து வாரிசுரிமை சட்டப்படி அவரது தந்தையின் சொத்தில் பங்கு கோரும் உரிமை உண்டு என்பது தெளிவாகிறது.

www.ingramcontent.com/pod-product-compliance
Lightning Source LLC
LaVergne TN
LVHW100305051026
849517LV00006B/2189
* 9 7 8 9 3 8 6 7 3 7 6 0 1 *